# நேர்கொண்ட பார்வை

ஏ.பி.

பிறப்பொக்கும் எல்லா உயிர்க்கும்

# பொருளடக்கம்

# முன்னுரை

நாம் பிறந்ததில் இருந்து தொடர்ந்து எதேனும் ஒரு வகையான சட்டங்களையும், சடங்குகளையும் பின்பற்றி வருகிறோம். அந்த சட்டங்களும் விதிமுறைகளும் சரியா தவறா என்பது பற்றி நமக்கு தெரியாது. ஆனால் அதை ஏதோ ஒரு வகையில் அன்றாடம் வாழ்க்கையில் பயன்படுத்தி கொண்டே வருவோம். அதை பற்றிய எனது விரிவான சிந்தனை தான் இந்த புத்தகம். இதில் சொல்லப்பட்டிருக்கும் விஷயங்களும், கருத்துக்களும் எல்லோரும் ஏற்றுக் கொள்ளும் விதத்தில் இருக்காமல், எனது மாற்று சிந்தனையின் வெளிப்பாடாக இருக்கும். இதில் வரும் கருத்துக்கள் யார் மனதையும், நம்பிக்கையையும் காயப்படுத்தும் நோக்கத்துடன் எழுதப்பட்டவை அல்ல. இது முற்றிலும் தனிநபர் கருத்து சிந்தனையின் வெளிப்பாடு. ஆகவே, இதில் நான் சொல்லி இருக்கும் விஷயங்களை நன்கு யோசித்து சரியா? தவறா? என்று நீங்களே முடிவு செய்து கொள்ளுங்கள். இதில் என்னை பாதித்த விஷயங்களையும், என்னை முற்றிலும் வேறு விதமாக மாற்றிய எண்ணங்களையும் இந்த புத்தகத்தில் குறிப்பிட்டுள்ளேன், உங்களையும் இந்த கருத்துக்கள் வித்தியாசமான முறையில் யோசிக்க வைத்து மாற்றத்தை கொடுக்கும் என நம்புகிறேன்.

# அணிந்துரை

உற்ற நண்பனின் உள்ளத்திலிருந்து,

ஒவ்வொரு மனிதனும் தன் பிறப்பின் பயனை அறிவதற்-கான தேடலை என்றாவது தொடங்குகிறான். அவ்வாறான தேடலில் கிடைத்த பொக்கிஷம்தான் இந்த நூல் என்று கரு-துகிறேன்.

இது என் நண்பனின் முதல் நூலாகும். நூலின் மென்-பிரதியைக் கண்ட நொடி மிகவும் மகிழ்ச்சி அடைந்தேன். இயல்பாகவே நாங்கள் இருவரும் சந்திக்கும் தருணங்களில் மட்டுமல்லாது சிந்திக்கும் விதங்களிலும் ஒற்றுமையுடன் இருப்போம்.
இந்நூலில் இடம்பெற்றுள்ள பல கருத்துக்களைப் பற்றி நாங்-கள் அலைப்பேசியில் கதைத்திருக்கிறோம்..அந்த உரையா-டல்களில் பல இன்று எழுத்து வடிவம் பெற்றிருக்கிறது.

இந்நூலில் இடம்பெற்றுள்ள கருத்துக்கள் யாவும் மிகுந்த மன தைரியத்துடன் எழுதப்பட்டிருக்கின்றன. இளம் வயதி-னரும் எளிதாக வாசிப்பதற்கு தகுந்தாற்போல் உள்ளது நண்-பரின் எழுத்து நடை.

அனைத்து வயதினரும் இந்நூலைப் படித்து பயன்பெற வேண்டும் என விரும்புகிறேன்.

புதியதோர் பாதையொன்றைத் தனக்கென அமைத்து நடக்கவிருக்கும் நண்பருக்கு, வெற்றி நடை போட வாழ்த்தி மகிழ்கிறேன்

என்றும் நட்புடன்,
ஹரிராமகிருஷ்ணன்

# நன்றி

இந்த புத்தகத்தை எழுத எனக்கு தூண்டுதலாக இருந்த என் நண்பர்கள் தானேஷ் , கிறிஸ்டினா, காயத்ரி மற்றும் எனது அண்ணன்கள் சுந்தர் வேலன் மற்றும் விளாதிமிர் பிரான்ஸிஸ் ஆகிய இருவருக்கும் எனது நன்றிகள்.

இந்த புத்தகத்தை வெளியிட எனக்கு வழிகாட்டிய என் அன்பு தோழி டோரா விற்கும் எனது மனமார்ந்த நன்றிகள்.

# முகவுரை

காதல், சினிமா, மதம், கடவுள், மனிதம் போன்ற எண்ணற்ற விசயங்கள் எப்படி நம் வாழ்க்கையில் தாக்கத்தை ஏற்படுத்-துகின்றன என்பது பற்றிய விவாதத்தை முன் வைத்து இப்-புத்தகத்தை எழுதி இருக்கிறேன். அதை பற்றிய விரிவான விளக்கத்தை வரும் உரையாடலில் காண்போம்.

# உள்ளடக்கங்கள்

# 1

# மதமும் மனிதனும்

"பிறப்பொக்கும் எல்லா உயிர்க்கும் " என்பதற்கு ஏற்றார் போல் எல்லா உயிர்களுக்கும் போதுவான இருப்பிடமாகத்தான் பூமி இருந்தது. மனிதன் காட்டுவாசியாக வேட்டையாடி கொண்டிருந்த காலம் முதல் இன்று வரை பல அசாதாரண பரிணாம வளர்ச்சியை அடைந்துள்ளான். அன்றைய காலகட்டத்தில் அவனுக்கு அத்தியாவசிய தேவை என்பது உணவு தேடுவதும் உயிர் பிழைப்பதும் மட்டுமே இருந்தது. தங்களின் பெரும்பாலான வாழ்க்கையை உண்பதிலும் , வேட்டையாடுவதிலும் கடத்தி வந்தான். பசி, இயற்கை பேரழிவுகள், உயிர்க்கொல்லி மிருகங்கள், மாமிச உண்ணிகள், தொடர் மழை , வானிலை மாற்றங்கள்,இடி,வெள்ளப்பெருக்கு என நிறைய சவால்கள் இருந்தன.

மனிதன் முதலில் நெருப்பை கண்டுபிடித்தான். அது அவனுக்கு உணவை சமைக்கவும், வேட்டை மிருகங்களிடம் இருந்து தங்களை பாதுகாத்துக் கொள்ளவும் உதவியது.

அது அவன் வசித்து வந்த காட்டை அவன் கைப்பற்றுவதற்கு ஆயு-தமாக மாறியது.

காட்டை கைப்பற்றிய அவன் நிலத்தை நோக்கிய பயணத்தை ஆரம்பித்தான். பின்னர் வேட்டையாடி முடித்த பிறகு, யோசிக்க தொடங்கினான். விவசாயம் பண்ண ஆரம்பித்தான். வீடுகளை கட்டினான். குடும்பங்களாக வாழ ஆரம்பித்தான்.

யோசித்து யோசித்து அறிவை வளர்த்துக் கொண்டான். அறிவுடன் சேர்த்து ஆசையும், பேராசையும் அவனை ஆட்கொண்டது. ஆசைக்கு ஏற்ப பிரிந்து தனித்தனியாக பயணம் செய்ய ஆரம்பித்தான். அப்படி சென்ற மனிதன் பல கண்டங்களையும் நாடுகளையும் கண்டுபிடித்து தனதாக்கிக் கொண்டான்.

தன்னை தனித்து காட்ட வேண்டும் என்பதற்காக பல கட்டமைப்பு-களை உருவாக்கினான். அந்த கட்டமைப்புகளை சுயநலத்திற்காக பயன்-படுத்த தொடங்கினான். அந்த கட்டமைப்பின் முதல் படியாக தான் மதம் உருவானது. அந்த மதத்தை வைத்து பல நாடுகளாக,சாதிகளாக , இனங்களாக , மொழிகளாக பிரித்து படிப்படியாக வளர்ச்சி அடைந்து இன்று உலகையே ஆளும் பிரதிநிதியாக மாறிவிட்டான். என்னதான் உலகை தன்வசப்படுத்தினாலும்,மனிதன் மதத்தால் அரசனாக ஆகவில்லை. மாறாக அரக்கனாக மாறிவிட்டான்.

மதத்தை வைத்து மக்களை ஆட்சி செய்யவும், தன் சுயநலத்திற்காக மக்கள் பிரித்து வைத்து அரசியல் செய்ய தொடங்கினான். பல்வேறு மதங்கள் தோன்றின.

ஒவ்வொரு மதத்திலும் ஒவ்வொரு விதமான அடிமைத்தனம் உரு-வானது.

இன்று மனிதர்கள் அனைவருக்கும் தங்களை மனிதனாக அல்லாமல் குறிப்பிட்ட நாட்டை, மதத்தை, இனத்தைச் சேர்ந்தவர்களாக அடையா-ளப்படுத்திக் கொள்கிறார்கள்.

நாம் என்பது யார், அல்லது நான் என்றால் என்ன என்ற கேள்வி எல்லோருக்கும் எழுவது அடிப்படையான ஒன்று தான். அதன் பொருளை ஆராய முயன்றால் நாம் என்பது பேசும் மொழி சார்ந்ததா, பின்பற்றும் மதம் சார்ந்ததா, வசிக்கும் நாடு அல்லது செய்யும் தொழில் சார்ந்ததா என்ற தவிர்க்க முடியாத காரண கூற்றுக்கள் நமக்குள்ளே எழுகின்றன.

ஒரு சிலர் தங்களை "நான் இந்த நாட்டைச் சேர்ந்தவன், மதத்தை சார்ந்தவன், இனத்தைச் சேர்ந்தவன் என்றும், அதற்காக தாங்கள் பெரு-மையும், கர்வமும் கொள்கிறோம்" என்றும் பலதரப்பட்ட மக்கள் கூறு-வதை காணமுடிகிறது. எடுத்துக்காட்டாக, அமெரிக்கர்கள் தங்களை மிகவும் வலிமை வாய்ந்த, செல்வ செழிப்பு மிக்க நாடாக, நபர்களாக காட்டி பெருமிதம் கொள்கிறார்கள்.

ரஷ்யர்கள் தங்கள் படை பலத்தையும், ஆயுத புரட்சியிலும் பெரி-தும் எண்ணி பெருமிதம் கொள்கிறார்கள். சீனர்கள் தங்கள் கலைக-ளிலும், பண்பாட்டையும் பெரிதும் மதித்து பெருமிதம் கொள்கிறார்கள். இந்தியர்கள் தங்கள் கலாச்சாரத்தை கட்டி காப்பதில் பெருமை கொள்-கிறார்கள்.

ஆனால் இதை எல்லாம் வைத்து பெருமை கொள்ளும் இவர்கள், தங்கள் நாட்டில் உள்ள மதத்தில் உள்ள இனத்தில் உள்ள சாதியில் உள்ள நிறத்தில் உள்ள வேறுபாடுகளையும், பிரிவினைகளையும், பிரச்-சினைகளையும், ஒடுக்குமுறைகளையும் யாரும் ஒழிக்கவோ, மாற்றவோ முன் வருவது இல்லை.

அப்படி இருக்க நீங்கள் எப்படி உங்கள் நாட்டை பற்றியோ, மதம், இனம் பற்றியோ அக்கறை கொண்டவர்களாக இருக்க முடியும்?

அதில் பெருமை கொள்வதற்கு என்ன இருக்கின்றது... மேய்க்கிறது எருமை, அதில் என்ன பெருமை என்ற வசனம் தான் நினைவிற்கு வருகிறது.

ஒரு தீவிரவாதி , ஒரு நாட்டையோ, மக்களையோ அழிக்க நினைக்கின்றான் . ஒரு மதவாதி மற்ற மதங்களை தூற்ற நினைக்கின்றான். ஒரு இனவாதி மற்ற இனத்தவரை தரக்குறைவாக எண்ணுகிறான்.

இப்படி ஒருவரை ஒருவர் நாசம் செய்வதில் தான் அனைவருக்கும் ஆசையே தவிர ,ஒரு சக மனிதனை சமமாக நடத்த யாருக்கும் நாட்டம் இல்லை.

நாடு, மதம், மொழி, சாதி, இனம், நிறம், பணம் என பல வகைகளில் பிரித்து பார்க்கும் இந்த சமுகம் மனிதர்களை மனிதர்களாக பார்க்க தவறி விட்டது.

என் தாய்நாட்டில் நான் பிறந்த உடனே எனக்கு மதம், சாதி போன்றவை அடையாளமாக திணிக்கப்படுகின்றது.

இது சரியா தவறா என்ற வாதத்திற்கு நான் வரவில்லை.

ஆனால் மதப்பிரிவினைகள் எப்போதும் மக்களை ஒன்று படுத்தாது. மாறாக தங்களை இந்துவாகவும் , இஸ்லாமியராகவும் கிறித்தவர்களாகவும் தங்களை அடையாளப்படுத்திக் கொண்டு , மக்களோடு மக்களாக ஒன்றுபடாமல், மற்ற மதத்தவரை தாழ்த்தவே மதப்பிரிவினை வழிவகுக்கும்.

மதம் மனிதனை மிருகமாக்கும் என்பதற்கு சான்றாக கடவுளின் பெயரால் பற்பல மோசடிகளை செய்து சாமானிய மக்களின் உழைப்பை கொள்ளையடித்தது மட்டும் இல்லாமல், சுயநலத்திற்காக அப்பாவிகளையும், அறிவாளிகளையும் மதத்தின் பெயரில் கொன்று குவித்ததே மிச்சமாகும்.

உலகம் உருண்டை என்று சொன்ன விஞ்ஞானி கலிலியோவை , மதத்திற்கு மாறாக கருத்து கூறுகிறான் என்று சொல்லி அவரை சிறை- யில் அடைத்து கொன்றார்கள்... ஆனால் இன்று அதே விஞ்ஞானியை எங்கள் மதத்தை சார்ந்தவர் என்று சொந்தம் கொண்டாடுகின்றனர்.

தாகம் எடுத்து தண்ணீர் குடிக்க வந்த சிறுவனை வேற்று மதக்காரன் என்று கூறி சிறுவன் என்று கூட பார்க்காமல் அவனை அடித்து சிதைத்தவர்கள் தான் இந்த மதம்பிடித்த வேற்றுகிரக வாசிகள்.

காதலிப்பவர்களை கூட விட்டு வைக்காமல், மதத்தை காட்டி பிரிப்- பதில் இந்த வேற்றுகிரக வாசிகளுக்கு அலாதி சந்தோஷம்.

உலகில் நடந்த பல போர்களுக்கும், பல்லாயிரக்கணக்கான மக்கள் கொல்லப்பட்டதுக்கும் மதமே முக்கிய காரணம் என்று ஆராய்ச்சி கணக்- கெடுப்புக்கள் கூறுகின்றன. கடந்த 2000 ஆண்டுகளில் 100 கோடிக்கும் அதிகமான மக்கள் மதத்தின் பெயரால் கொல்லப்பட்டுள்ளனர்.

130 கொடி மக்கள் தொகை கொண்ட இந்திய நாட்டின் ஆட்சியே மதத்தால் தான் அடங்கி உள்ளது.

மதக்கலவரம், மதப்பிரிவினையை வைத்து தான் மொத்த நாட்டின் அரசியல் அதிகாரமும் நடக்கிறது. மதத்தை வைத்து தொடர்ந்து பல ஆண்டுகளாக சண்டை வளர்த்துக் கொண்டே வருகிறார்கள்.

2020 ஆம் ஆண்டு அருண் கார்த்திக் இயக்கிய Nasir எனும் திரைப்படத்தின் இறுதி காட்சிகள் மதக்கலவரத்தால் பொது மக்களின் வாழ்க்கை எப்படி பாதிக்கப்படுகிறது என்பதை தோள் உரித்து காட்டும் விதத்தில் இருக்கும்.

அமெரிக்க நாட்டில் கருப்பர்கள் மீதான நிறவெறி அடிமைத்தனத்-திற்கு மதமும் ஒரு மிக முக்கிய காரணம் என கூறலாம். Django unchained படத்தில் வருவது போல், கருப்பின மக்களை விலைக்கு சந்தியில் விற்று, காலம் முழுவதும் கொத்தடிமைகளாக வைத்து சுகம் கண்டனர்.

அதனால்தான் நிறைய கருப்பின மக்கள் தங்கள் மதத்தை விட்டு வெளியேறி வேறு மதத்தை தாய்மதமாக ஏற்றார்கள்.Martin Luther King, Malcolm X , Muhammad Ali போன்ற பிரபலங்கள் சிலர் புரட்சி பாதையில் சென்று நிறவெறிக்கு எதிராக எதிர்த்து நின்றார்கள். Muhammad Ali boxing இல் பொங்கு பொங்குனு அடிச்ச ஒவ்-வொரு அடியும் நிறவெறிக்கு எதிரானதாக இருந்தது.

பெண்களுக்கு எதிரான வன்முறையில், அடிமைத்தனத்தில் மதம் முக்கிய பங்கு வகிக்கிறது. தாலிபான்கள் ஆட்சியில் பெண்கள் கல்வி கற்க கூடாது, பொதுவெளியில் நடமாட கூடாது, பிற மதத்தை சார்ந்த ஆணை காதல் திருமணம் செய்ய கூடாது, ஆண்களுக்கு நிகராக பேச-வும், சமநிலை அடையவும் கூடாது, பெண்கள் விருப்பத்திற்குரிய உடை-களை உடுத்த கூடாது, hijab கட்டாயம் அணிய

வேண்டும் போன்ற சட்டங்கள் இன்றளவும் செயல் பாட்டில் இருந்து கொண்டேதான் இருக்கிறது.

இந்தியாவில் மதத்தின் பெயரால் சாதி பிரிவினை போன்றவை இன்-றும் இருந்து கொண்டே தான் இருக்கிறது .

யூதர்களுக்கும் நாஜிகளுக்கும் நடந்த சண்டையில் எத்தனை அப்-பாவி மக்கள் ஹிட்லரின் வதை முகாம்களில் சித்திரவதை படுத்தபட்டு மிக கொடுரமான முறையில் கொல்லப்பட்டனர் என்பது வரலாற்றின் கருப்பு பக்கங்களாகும். 1941 முதல் 1945 வரை சுமார் 60 மில்லியன் யூதர்கள் படுகொலை செய்யப்பட்டுள்ளனர். ஒருநாளைக்கு 3000 யூதர்-களையாவது படுகொலை செய்து இன்பம் அடைந்தனர் நாஜி படைகள். ஆண், பெண், குழந்தை, ஊனமுற்றவர்கள் என பாரபட்சம் இல்லாமல் கொன்று ஒரு இனத்தையே படுகொலை செய்து இரத்த வெள்ளத்தில் மிதக்கவிட்டனர்.

The Schindler's list, Life is beautiful, The pianist, The boy in the striped pyjamas ,Jojo rabbit போன்ற திரைப்ப-டங்கள் யூத நாஜி சண்டை மற்றும் வதை முகாம்களை பற்றி நன்றாக எடுத்துரைக்கும் .

இலங்கை தமிழர்களுக்கு நடந்த இனப்படுகொலை பற்றி நினைத்-தாலே ஆத்திரமும் கோபமும் பற்றி கொண்டு வருகிறது. சின்ன குழந்-தைகள் முதல் வயதான பெரியவர்கள் பெண்கள் என அனைவரும் கொடுரமான முறையில் கொல்லப்பட்டனர். 2009 இனப்படுகொலையின் போது சராசரி ஒரு இலட்சம் தமிழர்களாவது மிக கொடுரமான நிலை-யில் கொல்லப்பட்டுள்ளனர். அதில் உயிர் பிழைத்தவர்கள் தங்கள் தாய்

நாட்டை விட்டு வெளியேறி இன்றும் பல நாடுகளில் அகதிகளாக வாழ்ந்து வருகின்றனர்.

இது போன்ற மிகக்கொடுரமான இனப்படுகொலைகள் இனத்தின் பெயராலும், மதத்தின் பெயராலும் நடந்து கொண்டே இருக்கின்றன.

மதம் மனிதனை எதை நோக்கி வழி நடத்துகிறது என்று பார்த்தால் பிரிவினையிலும், கொலைகளிலும், பெண் அடிமைத்தனத்திலும் , பிற்-போக்குவாதத்திலும் தான்.மனிதன் கண்டுபிடித்த விசயங்களில் மதம் ஒரு இழிவான கண்டுபுடிப்பாகும். மதம் மக்களை நல்வழி படுத்தும் விசயமாக இருப்பின் பிரச்சினை இல்லை. ஆனால் மதவாதிகளின் சுயநலத்தால் மதம் வழிமாறி சென்றுவிட்டது.மதத்தை விட மனிதம் மிக முக்கியமாகும் .மனிதனை கொண்டாடுங்கள், மதத்தை அல்ல.

கத்தியின் திடம் கூர்மையே,

வெற்றியின் இடம் பொறுமையே,

பற்றும் பாசமும் ஒருவித கடமையே,

மதம் மனித மூளையின் மடமையே!

"Religion is the greatest tool to make humans as Fools"

# 2

# கடவுளும் காரணமும்

கடவுள் இருக்கிறார் என்று நம்புகின்ற மக்கள் தான் இங்கு அதிகம். மதத்தின் ஆணிவேராகவும் கடவுள் தான் இருக்கிறார்.

கடவுளை வைத்து வணங்க மட்டும் தான் மக்கள் செய்கிறார்கள் என்று நீங்கள் நினைத்தால் அது தவறு...

எடுத்துக்காட்டாக, முந்தைய இந்தியாவில் ,தசாவதாரம் படத்தில் வருவது போல் வைணவர்களுக்கும் , சைவர்களுக்கும்," என் கடவுள் தான் பெரிது" என்று நடத்திய சண்டை பற்றிய வரலாற்று மோதல்கள் தவிர்க்கமுடியாதவை.

இந்தியாவில் நடந்த முகலாய படையெடுப்புகள் மூலம் இங்குள்ள பாதி மக்கள் இஸ்லாமியர்களாக மதம் மாற்றப்பட்டனர்.

ஆங்கிலேய படையெடுப்பின் மூலம் பொருளாதார ரீதியாக ஒடுக்கப்-பட்ட மக்களுக்கு அடைக்கலம் கொடுத்து கிறித்துவர்களாக மதம் மாற்-றினர்.

இப்படி கடவுளையும் மதக்கொள்கையும் வைத்து ஒரு நாட்டின் மீது போர் தொடுத்து தங்கள் கொள்கைகளை நிலைநாட்டினர். அதற்கு மக்-கள் ஒப்புக்கொள்ளவில்லை என்றால் இனப்படுகொலைகளும் செய்தி-ருக்கிறார்கள்....

இதே கடவுளை வைத்து தான் 1500 வருடங்களுக்கு மேலாக ஒரு குறிப்பிட்ட மக்களை கீழ் சாதி எனக் கூறி அடிமைகளாக மாற்றி அவர்-களது வாழ்கையை எல்லாம் கொள்ளையடித்து விட்டனர்.

கடவுளை வைத்து காலம் காலமாக சண்டை போட்டது மட்டும் இல்லாமல், மூடநம்பிக்கையையும் வளர்த்து வந்துள்ளார்கள்.

கடவுள் இவர்களுக்கு கல்லாகவும், நெருப்பாகவும், மரமாகவும், மிருகமாகவும், மண்ணாகவும், பணமாகவும், காற்றாகவும், இப்படி சொல்லிக்கொண்டே போகலாம். எதை எல்லாம் கண்டு பயந்தார்களோ, அதை எல்லாம் கடவுள் ஆக்கிவிட்டார்கள்.

பெரும்பாலான கடவுள்கள் மனித உருவில் தான் இருக்கிறார்கள். கடவுள் ஏன் மனித உருவில் இருக்க வேண்டும்? இவர்களின் கணிப்புப்படி மனிதர்களை படைத்த கடவுள் மனித உருவில் தான் இருக்க முடியும். அப்படி பார்த்தால், ஒரு சிங்கம் தன்னை படைத்த கடவுள் தன்னை போல்தான் இருப்பார் என்று யோசிக்குமானால், சிங்கத்தை படைத்த கடவுள் சிங்கமாக அல்லவா இருக்க வேண்டும்? யானையை படைத்த கடவுள் யானையாக அல்லவா இருக்க வேண்டும்?

ஒட்டகத்தை படைத்த கடவுள் ஒட்டகமாக அல்லவா இருக்க வேண்டும்? டைனோசரை படைத்த கடவுள் டைனோசராக அல்லவா இருக்க வேண்டும்? மிருகங்கள் மனிதர்களை போல யோசிப்பதில்லை. கோவில், தேவாலயங்களுக்கு சென்று சாமி கும்பிடுவதம்

இல்லை. ஏனென்றால் மிருகங்களுக்கு உயிர்வாழ்வதற்கு தேவை எல்-லாம் சாப்பாடு மட்டும் தான், சாமி இல்லை என்பது நன்றாக தெரியும்.

கண்டுபிடிப்பு என்பது புதிதாக உருவாக்கப்படும் செயல் தானே.கடவுள் மனித உருவிலே இருந்தால், அவர் ஏன் மனிதனை அவரை போலவே உருவாக்க வேண்டும்? அது எப்படி புதிய கண்டுபி-டிப்பாக இருக்க முடியும்? அப்ப கடவுளை மனித உருவில் உருவாக்கி-யது யார்? என்ற கேள்வி பிரகாசமாக எழுகிறது.

மனிதனின் சுயநல தற்காப்பு சிந்தனை தான் கடவுள்.கடவுள் மனித உருவில் தான் இருப்பார் என்பது மனிதனின் சுயநல தற்பெருமை சிந்-தனையை எடுத்துரைக்கிறது.

பெரும்பாலும், எனக்கு கடவுள் மீது நாட்டம் இல்லாமல் போனதற்கு இந்த கேள்வி ஒன்று தான் காரணம். நம் எல்லாரையும் கடவுள் தான் படைத்தார், அவர்தான் நமக்கெல்லாம் தந்தை போன்றவர் என்று கூறு-கிறார்கள். அப்படியானால் எந்த தந்தை தன் மகனை பசிக்காக பிச்-சைக்காரனாக மாற்றுவார்? எந்த தந்தை தன் மகனை கீழ் சாதிக்-காரனாக விதியை எழுதுவார்? எந்த தந்தை தன் மகனை சாக்கடை அள்ள வைப்பார்? எந்த தந்தை தன் குழந்தைகளுக்கு தீராத உயிர் கொல்லி நோய்களை வழங்குவார்.

தங்களால் செய்ய முடியாத செயல்களை கடவுளால் செய்ய முடியும் என்று நம்புகிறார்கள். அவரை வேண்டினாள் நினைப்பது நடக்கும் என்று எண்ணுகிறார்கள். அதற்காக பல வகை பிராத்தனைகளை செய்-கிறார்கள்.

இது எதார்த்தம் தான். கடவுள் எப்போதும் நமக்கு பாதுகாப்பு வழங்-குவார் என்ற எண்ணம் நமக்கு பயமற்ற நம்பிக்கையை அளிக்கிறது. இந்த நம்பிக்கைக்கு காரணம் உயிர் பயம் மட்டும் தான். மனிதன் எப்-போது வேண்டுமானாலும் இறந்து போகும் குணம் படைத்தவன்.அந்த பயத்தால் தான் இவர்களுக்கு கடவுள் எனும் ஆறுதல் தேவை படுகிறது. சாகாவரம் மனிதனுக்கு இருந்தால் மனிதனே கடவுள். அது சாத்தியம் இல்லை என்றதால் கடவுள் எனும் உயிர் காக்கும் நம்பிக்கை இவர்க-ளுக்கு என்றும் தேவை படுகிறது.

இன்றைய நவீன உலகில் Batman, Superman, Ironman, Spiderman போன்ற Super Heroக்கள் உலகை காக்கும் சக்திகளாக நாம் திரைப்படங்களில் காண்கிறோம். அதற்கு முக்கிய காரணம்,எழுத்து

வடிவில் இருக்கும் Comics புத்தகங்கள் திரையில் உயிர் குடுக்க Graphics, VFX,CGI போன்ற நவீன தொழில்நுட்ப சாதனங்கள் இன்றைய காலகட்டத்தில் இருப்பதால் இது போன்ற அசாதாரண கதைகளை படங்களாக எடுக்க முடிகிறது .

ஆனால் அன்றைய காலகட்டத்தில் இது போன்ற நவீன வசதி இல்லாததால், தங்களின் கற்பனை திறனை வளர்த்துக்கொள்ள எழுத பட்ட பண்டைய காலத்து Super hero Comics புத்தகங்கள் தான் புராணங்களும் கடவுள்களும். நான் இப்படி தான் கடவுள் கதைகளை பார்க்கின்றேன்.

இங்கு நடக்கும் அனைத்து நிகழ்வுகளும், கடவுளால் Already எழுதப்பட்டுவிட்டது என்கிறார்கள். எது நடந்தாலும் அது கடவுளின் விதிப்படி தான் நடக்கும் என்கிறார்கள். அப்பறம் எதுக்கு விழுந்து விழுந்து சாமி கும்பிடுகிறீர்கள்? நீங்கள் இன்னைக்கு சாக வேண்டும் என விதி இருந்தால் சாகத் தான் போகிறீர்கள். நீங்கள் சாமி கும்பிடுவதால் எதுவும் மாறப்போவதில்லையே. நடக்குறது தானே நடக்கும்.உங்கள் கடவுள் உங்களை காப்பாற்ற மாட்டார். ஏனென்றால் உங்களுக்கு விதிப்படி Sketch போட்டதே அவர் தான்.

கொரோனா வைரஸை ஒழிக்க மருத்துவர்கள் மருந்து தேடி கொண்டிருந்த போது , மக்கள் கொரோனா விற்கு "Corona Devi" என்று கோவில் கட்டி வழிபட ஆரம்பித்துவிட்டனர்.

பல மக்களின் வாழ்க்கையை அழித்து மோசடி செய்த ஒருவன் கோயில் உண்டியலில் இலட்ச கணக்கில் பணம் போடுவதன் மூலம் புண்ணியம் அடையலாம் என்று நம்புகிறான்.

பணக்கஷ்டம் நீங்க வேண்டும் என்று சொல்லி காணிக்கையாக இருக்கும் காசை எல்லாம் எடுத்து கோவில் உண்டியலில் போடுகிறார்கள். அப்பறம் எப்படி பணக்கஷ்டம் நீங்கும்.

கோவில் வாசலில் பாத்திரம் ஏந்துபவரை பிச்சைக்காரன் என்கிறார்கள். கோவில் உள்ளே பாத்திரம் ஏந்துபவர்களை சாமி என்கிறார்கள்.

6 மணி நேரம் கஷ்டப்பட்டு மருத்துவர் ஆப்ரேஷன் செய்தால், மருத்துவருக்கு Credits கொடுக்காமல் ,கடவுள் காப்பாத்திவிட்டார் என்கிறார்கள் .

சினிமா நடிகர்களை கூட விட்டு வைப்பதில்லை. நடிகர்களை கடவுள் என்பதும், அவர்களின் படங்களுக்கு பாலாபிஷேகம் செய்வதும்,

நடிகைகளுக்கு கோவில் கட்டுவதும் தான் இவர்களுக்கு வேலை. இதில் இன்னொரு விசித்திர கூட்டம் இருக்கிறார்கள். சினிமா நடிகர்கள் மீது கொண்ட மோகத்தால் அவர்கள் அரசியலுக்கு வந்து தங்களை ஆளவேண்டும் என விரும்பும் ரசிகர்கள். டேய் பேரபசங்களா, சினிமா காரர்களுக்கு சொம்பு தூக்காம, படிச்சு குடும்பத்த காப்பாத்துங்கடா.

இங்கு நடக்கும் அனைத்து விசயங்களையும் கடவுள் பார்த்து கொண்டிருக்கிறார் என்று கூறுகிறார்கள்.... கடவுள் எல்லாத்தையும் Bigg Boss நிகழ்ச்சி போல் பார்ப்பார் என்றால் உங்கள் அந்தரங்க வாழ்க்கையையும் அவர் பார்ப்பாரா?

மனிதர்களை கடவுள் 24 மணி நேரமும் பார்த்து கொண்டு இருக்கி- றார் என்று நம்புகிறார்கள்... இது எவ்வளவு விசித்திரமான சிந்தனையா- கும்... மனிதர்களும் Robot களை உருவாக்கினார்கள்... ஆனால் அந்த Robot டையே நாள் முழுவதும் நாம் பார்த்து கொண்டு இருக்கிறோமா? அப்படி இருக்க கடவுள் மட்டும் ஏன் நம்மை பார்த்து கொண்டே இருக்க வேண்டும்? அவருக்கு வேறு வேலை இல்லையா?

திருமணம் ஆகி குழந்தை பிறந்தால் கூட அதற்கும் கடவுளே கார- ணம் என்கிறார்கள்.அது எப்படி? உடல் சேர்க்கைக்கும் கடவுளுக்கும் என்ன சம்பந்தம் இருக்கிறது?

விபத்து நடந்து கால் உடைந்தால்,நல்ல வேளை கடவுள் புண்ணி- யத்தில் கால் உடைந்ததோடு தப்பித்தான் என்கிறார்கள். கால் உடைந்- தது எப்படி கடவுள் புண்ணியம் ஆகும்?

இறந்தால் சொர்க்கத்திற்கு செல்லாம் என்கிறார்கள்.அது எப்- படி,யாரும் செத்து சொர்க்கத்திற்கு சுற்றுலா சென்று வந்துள்ளீர்களா?

பெண்களுக்கு மாதவிடாய் வருவதை தீட்டு என்று கூறுகிறார்கள். பெண்களின் இரத்தம் தீட்டு என்றால், அந்த இரத்தத்தின் வழியே பிறந்த நீங்கள் தானே முதல் தீட்டு.

தங்கள் வலிகளையும் வேதனைகளையும் பகிர்ந்து கொள்ள இங்- குள்ள அனைவருக்கும் ஏதோ ஒரு துணை தேவை படுகிறது .அது கடவுளாக இருக்குமானால் ஒன்றும் பிரச்சினை இல்லை .

கடவுள் மேல் உங்களுக்கு பற்று இருக்கலாம். அது தவறில்லை.ஆனால் அது பற்றாகவும், பக்தியாகவும் மட்டுமே இருக்க வேண்டுமே தவிர மூடநம்பிக்கையாகவும், முட்டாள்தனத்திலும் இருக்க கூடாது.

நோய் வந்தால் மருத்துவரை அணுகுங்கள், மந்திரவாதியை அல்ல. பணம் நிறைய இருந்தால் சேர்த்து வையுங்கள் அல்லது இல்லாதவர்க-ளுக்கு தானம் குடுங்கள். கோடி கோடியாக கொண்டு போய் பரிகாரத்-திலும், ஆலயத்திலும் போடாதீர்கள்.

வாழ்க்கையில் பிரச்சினை வந்தால் அதை சரி செய்ய பாருங்கள், ஜாதகம் பார்க்காதீர்கள்.

திருமணம் என்று வந்தால் மணமக்கள் மகிழ்ச்சியை பாருங்கள், சாதி மதம் பார்க்காதீர்கள்.

காற்றும் கடவுள் ஆகிற்று
கல்லும் கடவுள் ஆகிற்று
நெருப்பும் கடவுள் ஆகிற்று
நீரும் கடவுள் ஆகிற்று
பணமும் கடவுள் ஆகிற்று
ஆசையும் கடவுள் ஆகிற்று
பற்றும் கடவுள் ஆகிற்று
பாவமும் கடவுள் ஆகிற்று
அதன் விளைவாக,
மனிதம் மாண்டு போயிற்று .

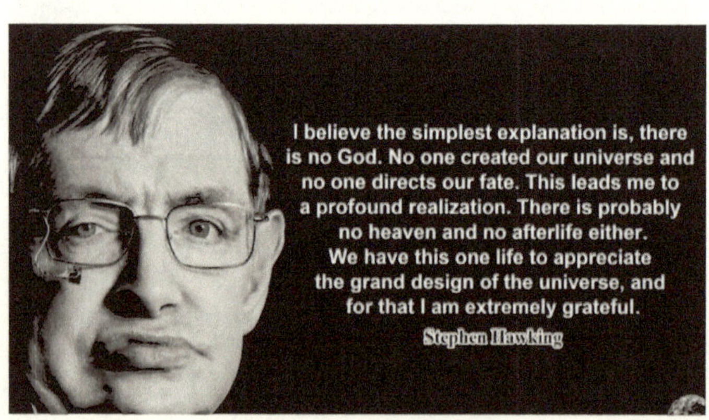

# 3

# சாதியும் சாக்கடையும்

மதம் என்னும் பாதாளத்தில் ஓடும் சாக்கடை தான் சாதி.

சுயநல திருடர்களின் புத்திசாலித்தனமான சொகுசு கண்டுபிடிப்பு என்றும் சாதியை கூறலாம்.

இரண்டாயிரம் ஆண்டுகளாக ஒரு வகுப்பினர் தொடர்ந்து எல்லா சலுகைகளையும் அனுபவித்தும், மற்றொரு பிரிவினர் அடிப்படை உரிமை கூட இல்லாமல் உழைப்பு சுரண்டலுக்கு ஆளாகி, செருப்பு போட கூடாது, சட்டை போட கூடாது, தலை நிமிர்ந்து நடக்க கூடாது, தண்ணீர் எடுக்க கூடாது, பெண்கள் மார்பகங்களை மறைக்க கூடாது என்றும் அதற்கும் வரி வாங்கியவர்கள் தான் இந்த விசித்திர வேற்று கிரக வாசிகள் .

இப்பல்லாம் யாருப்பாசாதி பாக்குறா என்று ஒரு கூட்டமும்,

சாதி என்பது ஜாதி சான்றிதழ் முலம் குழந்தைகளுக்கு தெரிய வரு-கின்றது, அதனால் ஜாதி சான்றிதழை ஒழித்தால் சாதி அழிந்து விடும் என்று இன்னொரு கூட்டமும் ஜால்ரா அடித்து கொண்டு இருக்கிறார்-கள்…. இவர்களையெல்லாம் பார்க்கும் போது "Hy man உனக்கு மண்டையில் ஏதோ பிரச்சினை " என்றுதான் எனக்கு சொல்ல தோன்-றும்.

நான் வசிக்கும் கிராமத்தில் இருக்கும் மக்களுக்கு என் பெயர் என்-னவென்று அவ்வளவாக தெரியாது. ஆனால் நான் என்ன சாதி என்று அனைவருக்கும் தெரிந்து வைத்திருப்பார்கள்.அது எப்படி முருகேசா?

மக்களுக்கு சாதி என்பது பேசும் மொழியாகவும், வசிக்கும் இடமா-கவும், செய்யும் தொழில் சார்ந்ததாகவும் ,பார்க்கும் பார்வையாகவும் இருக்கிறதே தவிர சாதி சான்றிதழ் முலமாக யாரும் ஜாதியை பார்த்து தெரிந்து கொள்வதில்லை.

நகரங்களில் பெரும்பாலும் சாதி பார்க்கவில்லை என்றாலும் திரும-ணம் என்று வந்தால் சாதி தான் முதல் படி. வெளிநாட்டு காரர்கள் Tinder போன்ற பற்பல செயிலிகள் மூலம் வெவ்வேறு நாடுகளில் இருந்தும் Dating செய்து பழகி பார்த்து தங்களின் துணையை தேட ஆரம்பித்துவிட்டனர்.ஆனால் இவர்கள் அன்றோ வீடு வீடாக சென்று பெண் கேட்டார்கள். இன்று Matrimonial website மூலம் சொகுசாக வீட்டில் இருந்தே சாதியை தேர்வு செய்து திருமணம் செய்கிறார்கள் .இதுதான் சார் நம்ம மக்களோட புத்தி. டெக்னாலஜி எவ்வளவு வளர்ச்சி அடைந்தாலும் இவர்கள் குண்டுச்சட்டிக்குள் தான் குதிரை ஓட்டுவார்-கள். தண்ணீர் மனிதனுக்கு அத்தியாவசியம் போல் கிராமப்புற பகுதிக-ளில் உள்ள மக்களுக்கு சாதி அத்தியாவசியம்.

வாரணம் ஆயிரம் படத்தில் வரும் வசனம் போல், சாதி இல்லாமல் இவர்களால் தூங்க முடியாது, சாப்பிட முடியாது, நிக்க முடியாது, உக்-கார முடியாது, ஏன் வாழவே முடியாது. "They need caste மா for everything". டிக்கடையில் கூட கீழ் சாதிக்கு ஒரு tea glass சும் உயர்ந்த சாதிக்கு வேற Tea glass சும் பயன்படுத்துவது இன்றும் ஒரு-சில கிராமங்களில் நடைமுறையில் தான் உள்ளது.

2019 ஆண்டு ஒரு ஒடுக்கப்பட்ட இளைஞர் ஒருவர் கால்மேல் கால் போட்டு அமர்ந்ததால் அவரை ஆணவக்கொலை செய்த சம்பவத்தை செய்தித்தாளில் படித்தேன் .முறுக்கு மீசை வைத்தார் என்பதற்காக "கீழ் சாதி காரன் எப்படி மீசை வைக்கலாம்" என்று கூறி அவரை மொட்டை அடித்து மீசையை எடுக்க வைத்து தெருவில் வைத்து தர்ம அடி அடித்-துள்ளனர். மயிரை கூட நிம்மதியாக இருக்க விட மாட்டார்கள் போல இந்த வேற்று கிரக வாசிகள்.

செய்த வேலைக்கு சம்பளம் கேட்டவர்களை , கீழ் சாதிகாரன் எதிர்த்து பேசுகிறாய என்று சொல்லி செருப்பால் அடித்து துன்புறுத்தி-யுள்ளனர்.

இன்றும் சாக்கடை & கழிவுகளை சுத்தம் செய்யும் பணிகளில் வேலை பார்க்கும் நபர்கள் சாதி வழி கட்டாயத்தால் மட்டுமே அந்த தொழிலை செய்யது வருகிறார்களே தவிர விரும்பி யாரும் அந்த தொழிலை செய்வதில்லை.

ஒரு குறிப்பிட்ட மக்கள் வாழும் பகுதியை சேரி என்று குறிப்பிடுகி-றார்கள் .அங்கு வாழும் பெரும்பாலான மக்கள் கூலித்தொழில் செய்ப-வர்களாகவும், வறுமை கோட்டிற்கு கீழே உள்ள உழைக்கும் வர்க்கத்தி-னர்கள்.

அவர்களும் நம்மை போன்ற சாமானிய மக்களே.சேரியில் வாழும் மக்கள் என்றாலே ஒரு விதமான கண்ணோட்டத்தில் தான் இந்த சமுகம் அவர்களை பார்க்கிறது. அந்த கண்ணோட்டம் மிகவும் தவறான ஒன்றாகும். அது மாற வேண்டும்.

காதலித்து , ஒருவரை ஒருவர் புரிந்து கொண்டு, மனமார காதல் திருமணம் செய்பவர்களை ஆணவக்கொலை செய்கிறார்கள். இன்றும் நிறைய ஆணவக்கொலை வழக்குகள் நீதியற்ற நிலையில் தான் கிடக்கிறது . மக்களும் அதை பெரிய பொருட்டாக எடுத்துக் கொள்வதில்லை. மிருங்கள் கூட அதற்க்கான ஜோடியை அதுதான் தேர்வு செய்கிறது. மிருகத்திற்கு இருக்கும் புரிதல் உணர்வு கூட மனிதர்களுக்கு இல்லை .

திருமணம் என்பது இங்கே மனது சம்பந்தப்பட்டதாக இல்லாமல் மதமும், சாதியும் சம்பந்தப்பட்டதாகவே உள்ளது.

இவர்கள் ஏன் காதல் திருமணங்களை எதிர்க்கிறார்கள் என்றால்,ஒரு பெண் அவள் விருப்பப்படி ஒருவனை காதல் செய்கிறாள் என்றால், அந்த காதலன் கண்டிப்பாக வேற்று மதத்தையோ,சாதியையோ சேர்ந்தவனாக இருப்பான். அவனை அவள் திருமணம் செய்தால் அது கலப்பு திருமணமாக மாறிவிடுகிறது. ஒரு பெண் கலப்பு திருமணம் செய்தால், அவளின் சாதியில் உள்ள வேறு ஒருவனுக்கு பெண் கிடைக்காமல் பற்றாக்குறை ஏற்படுகிறது. இப்படி ஒவ்வொரு ஆணும் பெண்ணும் தங்கள் விருப்பப்படி காதல் திருமணம் செய்து கொண்டே இருந்தால் மதமும் சாதியும் வித்தியாசம் தெரியாத அளவிற்கு கலந்து விடும். அப்படி கலந்து கொண்டே போனால் காலப்போக்கில் மதமும் சாதியும் அழிந்துவிடும். அப்படி நடந்தால், இங்கு இருக்கும் மொத்த நாட்டின் அரசியல் விதியே தலை கீழாக மாறிவிடும்.

சின்ன குழந்தைகளுக்கு கூட சாதி பெருமைகளை சொல்லி குடுத்து சாதியை வளர்த்தும் ஊக்குவித்தும் வருகிறார்கள். கலாச்சாரத்தை காக்கும் காவலர்கள் என்றும் தங்களை நினைத்து பெருமிதம் கொள்கிறார்கள் .

வாழும் போது தான் சாதி பார்க்கிறார்கள் என்று பார்த்தால், செத்து அடக்கம் செய்யும்போது கூட ஒவ்வொரு ஜாதிக்கும் தனித்தனி சுடுகாடுகள் வைத்துள்ளார்கள். இதை எல்லாம் என்னவென்று சொல்வது, எல்லாம் காலக்கொடுமை.

இப்படி நடக்கும் அவலங்களை எல்லாம் பார்த்து விட்டு, எதுவும் தெரியாது பச்ச குழந்தை போல் அரசு வழங்கும் இட ஒதுக்கீட்டால் தான் ஜாதி வளர்கிறது என்று ஒருசிலர் மசாலா தடவி நம் காதுகளில் ஏறி கந்தர்வகோட்டை சமாசனமே அதிரும் அளவிற்கு உருட்டவும் செய்கிறார்கள்.

இட ஒதுக்கீட்டால் திறமை இல்லாதவர்கள் வேலை வாய்ப்புகளை பெறுகிறார்கள் என்று வருத்தம் தெரிவிக்கின்ற சில பேரும் இருக்-கத்தான் செய்கிறார்கள். எல்லா சாதியினருக்கும் சலுகை உண்டு,இட ஒதுக்கீடுகள் உண்டு. எல்லா சாதியினருக்கும் சமமாக வாய்ப்பு வழங்கி அவர்களை சமமாக வாழ்க்கையில் உயர்த்துவதே இட ஒதுக்கீட்டின் நோக்கமாகும் .

சாதி தவறு என்று எல்லாருக்கும் புரிகிறது. ஆனால் அதை விட்டு வெளியே வர யாருக்கும் விருப்பம் இல்லை. நமக்கு மேலே ஒருவன் உயர்ந்த சாதியில் இருக்கிறான், அவனை வீட வாழ்க்கையில் உயர வேண்டும் என்று யோசிக்காமல் நமக்கு கீழே ஒருவன் கீழ்சாதியில் இருக்கிறான் என்று சொல்லி பெருமிதம் கொள்கிறோம்.இந்த வெட்டி பெருமைதான் சாதியை விட்டு மக்கள் வெளியே வராமல் தடுக்கிறது.

அனைவருக்கும் மனதளவில் மாற்றம் உருவாக வேண்டும். அனை-வருக்கும் சமுக வளர்ச்சி அடைய வேண்டும். எல்லாரும் சமம் என்று கோட்பாடு எங்கும் ஒலிக்க வேண்டும்.

இரத்தம் சிவப்பு நிறம்
வறுமை கருப்பு நிறம்
அமைதி வெள்ளை நிறம்
பொறாமை வெறுப்பு நிறம்
காதல் இருமனம் இணையும் கரம்
ஒற்றுமை சமத்துவமே உயர்ந்த குணம்

Never believe you
are above or below
anyone. Keep a
humble spirit.

# 4

# பெண்ணும் பேதமும்

படையப்பா படத்தில் ஒரு வசனம் வரும். பொம்பளைனா பொறுமை வேணும் ,அவசர படக்கூடாது. அடக்கம் வேணும், ஆத்திரப்படக்கூடாது . அமைதி வேணும்,அதிகாரம் பண்ணக்கூடாது. கட்டுப்பாடு வேணும்,கத்திபேச கூடாது . பயபக்தியா இருக்கனும், இப்படி பஜாரி-தனம் பண்ணக்கூடாது என்று பக்கம் பக்கமாக பஞ் டயலாக் பேசி பேசி தான் பெண்களை அடிமை பொருளாக மாற்றி வைத்துள்ளார்கள்.

பெண்கள் அப்படி இருக்க வேண்டும், இப்படி இருக்க வேண்டும் என்று சொல்வதற்கு நமக்கு என்ன உரிமை இருக்கிறது.அவர்களுக்கு Advice செய்யும் அளவுக்கு நாம் என்ன செய்து கிழித்துவிட்டோம்? நாம் என்ன எல்லாம் தெரிந்த உத்தமர்களா? அவரவர் வாழ்க்கையை அவரவர் தான் தேர்வு செய்ய வேண்டும் .

பாலியல் ரீதியான தொந்தரவு நடந்தால், அதை செய்த புறம்-போக்கை குற்றம் சொல்லாமல், பெண்களின் உடையை குறை கூறுகி-றார்கள். இவர்களை எல்லாம் பார்த்தால் "நீ யாருடா கோமாளி "என்-றுதான் சொல்ல தோன்றுகிறது.

"Leggings போடத, Shorts போடத,jeans போடத ,T shirt போடத , Bra strap தெரிகிறது Doli , Dupatta போடுங்க Doli என்று Comment செய்கிறார்கள். அதேபோல் பெண்கள் நம்மை பார்த்து Jeans போடத , Shorts போடத, T shirt போடத, Joggy strap தெரியுற மாறி ஜட்டி போடாத என்று சொன்னால் நமக்கு எப்படி இருக்கும்? எரியும் அல்லவா?

நமக்கு வந்தா இரத்தம், பெண்களுக்கு வந்தா தக்காளி சட்னியா?

பெண்கள் பணிபுரியும் இடங்களில் அவர்களுக்கு பாலியல் ரீதியான தொல்லைகள் இருந்து கொண்டே தான் இருக்கிறது.

2018 ஆண்டு வெளியான "காலா"திரைப்படத்தில் ஒரு காட்சி இருக்கும். மூன்று போலீஸ்காரர்கள் சேர்ந்து ஒரு பெண்ணை பாலியல் ரீதியாக துன்புறுத்தி அவளின் Pant டை அவிழ்த்து அரை நிர்வா-ணமாக மாற்றி விடுவார்கள். அந்த பெண் அவர்களிடம் இருந்து தப்-பித்து தன் Pant டை எடுத்து அணிந்து தன் மானத்தை காப்பாற்றி கொள்ளாமல் ,பக்கத்தில் இருக்கும் Rod கம்பியை எடுத்துக்கொண்டு அந்த போலீஸ்காரர்களை நோக்கி சண்டைக்கு செல்வாள். இந்த காட்சி பெண்களின் மானம் துணிகளில் அல்ல துணிச்சலில் உள்ளது என்பதை நன்கு எடுத்துரைக்கும்.

பெண்களை சாதிக்க வைக்க வேண்டும் என்ற நோக்கத்துடன் வளர்க்காமல், கல்யாணம் பண்ணி வைக்க வேண்டும் என்பதற்காகவே அவளை ஒரு பாரமாக பார்த்து தான் வளர்கிறார்கள்.

பெண்ணை என் வரவு செலவாகவும் , பாரமாகவும் பார்க்கிறீர்கள் என்று கேட்டால்,, அதெப்படி நீ சொல்லலாம், பெண்கள் கடவுளுக்கு நிகரானவர்கள் என்று மை பூசுவார்கள் .

பெண்கள் கடவுளா?என்று நன்றாக யோசித்து பார்த்தால் தான் இவர்களின் சூழ்ச்சி புரியும்.

கடவுள் என்று கூறும் பெண்களை கோவிலில்லா வைத்தார்கள்? தீட்டு என்று ஒதுக்கியும் ,மாறாக கணவனுக்காக சேவை செய்யும் பொருளாக படுக்கையறையிலும் , சமையலறையிலும் அல்லவா வைத்-தார்கள். "உன் சமையலறையில் நான் உப்பா சக்கரையா "என்று பாட்டு போட்டு Vibe செய்யவும் செய்தார்கள்.

பெண்களை கடவுள் என்று கூறும் இவர்கள், அக்கடவுள் காதல் செய்தால் ஏற்க மறுப்பார்கள். ஏன் பெண்ணாகிய கடவுளின் ஆசையை நீங்கள் நீராகரிக்கிறீர்கள் . இப்படி செய்வதால் தெய்வக்குத்தம் ஆகாதா? இதுதான் உங்கள் கடவுளுக்கு நீங்கள் செய்யும் தொண்டா? இவர்கள் ஏன் கடவுள் என்று பெண்களை கூறுகிறார்கள் என்று உற்று பார்த்தால் அதில் ஒரு உள்குத்து இருக்கிறது. கடவுள் எங்கே இருக்கும்?கோவில் உள்ளே பத்திரமாய் பூட்டி இருக்கும். எப்போது வெளியே வரும் ?திரு-விழா நேரங்களில் வரும் ,திருவிழா முடிந்ததும் பழைய மாறி கோவில்

உள்ளேயே சென்றுவிடும்.கடவுளை போலவே பெண்களையும் பொத்தி பொத்தி பத்திரமாய் வீட்டிற்குள்ளேயே பூட்டி வைத்திருப்பார்கள். கல்யாணம் என்னும் திருவிழா வந்த உடன் தடபுடலாக கொண்டாடுவார்கள். திருமணம் முடிந்த பிறகு மறுபடியும் வேற வீட்டிற்கு ஆள்கடத்திவிடு-வார்கள்.இதன் மூலம் இவர்கள் கடவுள் என்று எதை கூறுகிறார்கள் என்றால்,சிலை போல் எந்த சுய உணர்ச்சியும் இல்லாமல் இவர்களது நோக்கங்களுக்கு ஏற்றார் போல் வாழும் அடிமையாக இருக்க வேண்டும் என்பது தான். எப்பா,என்ன ஒரு கிரிமினல் மூலை இவர்களுக்கு, IQ வில் Albert Einstein னையே மிஞ்சிவிடுவார்கள்.

சரி, பெண்கள் எனும் கடவுளின் ஆசையை தான் ஏற்க மறுக்கி-றார்கள் என்று பார்த்தால், அவர்களின் பாதுகாப்பிற்கும் Guarantee இல்லை. இந்தியாவில் கடந்த 20 ஆண்டுகளில் பாலியல் வன்கொ-டுமை சதவீதம் 70% ஆக உயர்ந்துள்ளது. 2012 ஆண்டின் கணக்கெ-டுப்பின்படி ,20 நிமிடத்திற்கு ஒருமுறை இந்தியாவில் ஒரு பெண்ணாவது பாலியல் துண்புறுத்தலுக்கு ஆளாகிறார்கள். இப்படி ஒரு கேவலமான நிலையில் இருந்து கொண்டு ,பெண்கள் கடவுள் போன்றவர்கள் ,நம் நாடு ,பெண்களுக்கான நாடு என்று வெட்கமே இல்லாமல் வெட்டி விளம்பரம் செய்கிறார்கள்.

ஆண், பெண் இருவரும் சேர்ந்து நண்பர்களாக இருந்தாலே அவர்-களை தப்பாக தான் இந்த சமுகம் பார்க்கிறது . பாலின ஒற்றுமை , சமத்துவம் பற்றியும் Sex education பற்றியும் யாருக்கும் போதிய தெளிவு இல்லை. இந்திய பெற்றோர்களுக்கு முதலில் Sex education பற்றி பாடம் எடுக்க வேண்டும் போல. பெற்றோர்கள் தங்கள் குழந்தை-களிடம் Sex பற்றியும் அதன் நன்மை தீமைகள் பற்றியும் சிறுவயதில் இருந்தே பேசி புரிய வைக்க வேண்டும். அப்போது தான் குழந்தைகள் பெரியவர்களாக மாறும் போது sex பற்றிய Better Understanding உடன் இருப்பார்கள், பெற்றோர்களும் ஆசிரியர்களும் Sex பற்றி சொல்லி தரவில்லை என்றால், இளைஞர்கள் Sex யை மிகவும் தப்பான வழியில் தெரிந்து கொள்ள நேரிடும் . அது சமுக சீர்கேட்டிற்கு வழி-வகுக்கும். 10 - 12 வயதில் இருக்கும் சிறுவர்கள் அதிகமாக porn videos பார்க்கிறார்கள் என்ற அதிர்ச்சி தரும் தகவல் தான் இதற்கு எடுத்துக்காட்டு.

பெண் குழந்தை பிறந்தால், "கவலை படாதீங்க, அடுத்த தடவ கண்-
டிப்பா ஆண் குழந்தை பிறக்கும்" என்கிறார்கள். குழந்தை பிறந்தால்
அதை கொண்டாடுங்கள், அது விட்டுட்டு ஆண் குழந்தை தான்
வேணும் னு அடம் பிடிக்காதீர்கள்.

ஒருசிலர், பிறக்க போவது பெண் குழந்தை தான் என்று தெரிந்-
தால், கருவிலே அதை கலைத்து விடுகிறார்கள். ஒரு அமேரிக்க கணக்-
கெடுப்பின்படி, இந்தியாவில் சராசரி ஒரு நாளைக்கு 2000 பெண்
குழந்தைகளாவது கருவிலே கலைக்க படுகிறார்களாம்.

இதுதான் நமது சுதந்திர இந்தியா.

"The great Indian kitchen" என்ற மலையாளத் திரைப்படம்
என்னை மிகவும் பாதித்த ஒரு படம். அந்த படத்த பாத்துட்டு என்
அம்மாவின் வாழ்க்கையை நினைத்து பார்த்தேன். நானும் அந்த படத்-
தில் வரும் ஆண்களை போல தான் என் அம்மாவையும் நடத்தினேன்
என்று யோசித்து மிகவும் மனம் உடைந்து நொந்து போய் விட்டேன்.

கடந்த 2000 ஆண்டுகளில் பெண்களின் வாழ்க்கை எப்படி ஆணின் அதிகாரத்திற்கும், ஆணவத்திற்கும் பழியாகி காலம் முழுவதும் சமைய- லறையில் அடிமைகளாக மாறினார்கள் என்பதை அந்த படம் எனக்கு புரிய வைத்தது..

இன்று எல்லா தொழில் சார்ந்த துறைகளிலும் பெண்கள் ஆண்க- ளுக்கு நிகராக வேலை செய்கிறார்கள். சம்பளம் வாங்குகிறார்கள்.

பெண்கள் வேலை செய்கிறார்கள் என்பதற்காக அவர்கள் முழு சுதந்திரம் அடைந்து விட்டார்கள் என்று அர்த்தம் இல்லை.

ஆண்கள் வேலைக்கு சென்றால் ஒரு Shift தான் வேலை செய்கி- றார்கள், எடுத்துக்காட்டாக 9AM - 5PM தான் வேலை நேரம். அதே ஒரு பெண் வேலைக்கு சென்றால்,அவள் 2 Shift ஆக வீட்டில் குடும்- பத்திற்கும், Office சில் நிறுவனத்திற்கும் வேலை பார்க்கிறாள். விடு- முறை நாட்களில் கூட அவர்களுக்கு வீட்டில் ஓய்வில்லை . பெரும்பா- லான வீடுகளில்,எல்லா வீட்டு வேலைகளையும் பெண்தான் செய்கிறாள்.

நமது அம்மாக்கள், மனைவிகள்,தங்கைகள் , அக்காக்கள்,அத்தை- கள் , சித்திகள், பெரியம்மாக்கள் என அனைவரும் நமது வீட்டிலே இருந்து தொடர்ந்து வாழ்நாள் முழுவதும் சாகும் வரை குடும்பத்திற்காக சமைத்து கொண்டே இருக்கிறார்கள். சாப்பாடு,பசி நம் அனைவருக்கும் பொதுவானது . ஆனால் சமையலை மட்டும் ஏன் பெண்கள் தலையில்

வைத்துகட்டுகிறோம்?

"Cooking is a Human thing , Not a women thing" என்பதை நாம் எப்போது புரிந்து கொள்ள போகிறோம்?

திருமணம் நடந்து முடிந்த பிறகு, என்ன Special , ,வீட்டுல விசே-ஷம் எதுவு இல்லையா என்று வெக்கமே இல்லாமல் கேட்கிறார்கள். ஏன் விசேஷம் இருந்தால், 100 கோடி ருபாய்க்கு உன் சொத்த எல்லாம் எழுதி வைக்க போறீயா? இல்ல பிறக்க போகும் குழந்தைய உன் சொந்த செலவில் படிக்க வைக்க போறீயா? குழந்தை என்பது வரம் என்றா-லும், உங்கள் வாழ்க்கையில் Financially அது 20 ஆண்டு கால வரவு செலவு. குழந்தை எப்போது பெற்றுக்கொள்ள வேண்டும் என்பது கணவனும் மனைவியும் அவரவர் Financial stability ஏற்ப முடிவு செய்ய வேண்டிய விசயம். அதில் ஏன் நீங்கள் மூக்கை நுழைக்கிறீர்கள். பெண்களை குழந்தை பெற்றுக் கொடுக்கும் கருவியாக தான் இவர்கள் பார்க்கிறார்கள். குழந்தை பிறக்கவில்லை என்றால் , அந்த பெண்ணை குறை கூறி Mental Depression செய்து விடுகிறார்கள்.

Independent Women ஆக தங்கள் வாழ்க்கையை தன் விருப்-பத்திற்கு ஏற்ப வாழ ஆசைப்படும் பெண்களுக்கு திருமணம் ஒரு தடை-யாக மாறுகிறது. கணவன் வேலைக்கு போகட்டும், மனைவி வீட்-டில் இருந்து குழந்தைகளை வளர்க்க வேண்டும் ஒரு சில பெண்களை அவர்கள் குடும்பத்தினர் வற்புறுத்துகிறார்கள்.

Cityயில் வாழும் பெண்களின் வாழ்க்கை வேறுவிதமாக இருக்கி-றது... ஆனால் கிராமத்தில் வாழும் பெண்களை Degree முடிக்கும் வரை படிக்க வைப்பார்கள்... Degree முடித்த உடனே கல்யாணம் செய்து வைத்து விடுவார்கள். அந்த பெண் வேலைக்கு சென்றால், குழந்தை பிறந்த உடனே வேலை நிறுத்தம் செய்துவிடுவார்கள். பொண்-ணுங்களுக்கு குடும்பத்த பாக்குறத விட முக்கியமா வேற என்ன வேலை இருக்குதுன்னு கேட்பார்கள்.

வேலைக்கு போகாமல் வீட்டில் இருக்கும் பெண்கள், தன் கணவனு-டன் உறவு முறிந்து Divorce ஆனால், வருமானம் இல்லாமல் கஷ்-டபட நேரிடும்.

அதனால்தான் ஒரு பெண்ணுக்கு Financial stability மிகவும் முக்கியம்.

ஒரு சுதந்திரமான பெண் தன் பெற்றோர், உறவினர்கள், காதலன், கணவனையோ சார்ந்த இருக்க கூடாது. ஏனெனில் இவர்கள் அனை-வரும் அவளைக் கட்டுப்படுத்தவும் கருவிகளாக தான் செயல்படுவார்கள் .

தரமணி படத்தில் இருந்து ஆல்தியா ஜான்சன் & சார்லி(2015) படத்தில் இருந்து தெஸ்ஸா கதாபாத்திரதங்கள் சிறந்த எடுத்துக்காட்டு-கள். பெண்கள் எப்படி இருக்க வேண்டும் என்பதற்கான அடித்தளமாக இந்த இரண்டு கதாபாத்திரங்களையும் நான் பார்க்கிறேன். அவர்கள் இருவரும் என்ன வேண்டுமானாலும் தங்கள் விருப்பத்திற்கு ஏற்ப செய்-வார்கள். இருவரும் தங்கள் மகிழ்ச்சி, விருப்பங்கள் மற்றும் தங்கள் ஆசைகளை யாருக்காகவும் கட்டுப்படுத்தவும் ,விட்டுக்கொடுக்கவும் மாட்டார்கள். அவர்கள் பொருளாதார ரீதியாக மிகவும் நன்றான நிலை-யில் இருந்தனர். கலாச்சாரம், கட்டுப்பாடு, குடும்பத்தினர் வற்புறுத்தல் என எதையும் பெரிதாக எடுத்துக் கொள்ளாமல் தங்கள் வாழ்க்கையை நோக்கிய பயனத்தை தங்களுக்கு பிடித்த பாதையில் தொடர்வார்கள்.

உங்கள் வீட்டில் மாடு இருந்தால் தெரியும், அதற்கு மூக்கு கயிறு கட்டுவார்கள். அதிக சேட்டைகள் மாடு செய்தால், அந்த மூக்கு கயிற்-றின் மேல் பெரிய கட்டை ஒன்றை கட்டிவிடுவார்கள். அது எதற்கு என்றால், மாட்டை கட்டுப்படுத்தவும், அதன் போக்கில் செல்ல விடா-

மல் அதன் குறும்புகளை அடக்கத்தான். மூக்குக்கயிறு போடவில்லை என்றால், அந்த மாட்டை Control செய்ய முடியாது. அந்த மாட்-டுக்கு கட்டப்படும் மூக்கு கயிறு போல் தான் பெண்களுக்கு கட்டப்படும் தாலி கயிறு. மூக்கு கயிற்றில் கட்டப்படும் கட்டை தான், கல்யாணத்தின் மூலம் பெண்கள் மேல் திணிக்கப்படும் பொறுப்புகளும் தியாகங்களும்.

ஆண் பெண் இருவருக்கும் Sexual desire என்பது பொதுவான ஒன்று தான். ஆனால் ஒரு பெண் தனக்கு இருக்கும் Sexual desire பத்தி பேசுகிறாள் என்றால், அவளை ஒரு தப்பான கண்ணோட்டத்தில் பார்க்கவும் ,அவ ஒரு item machi என்று Target செய்து விடுகி-றார்கள்.

காதல் இருபாலருக்கும் பொதுவானது.காமமும் அவ்வாறே .

திருமணமான பெண்கள் பெரும்பாலும் தங்கள் Sexual வாழ்க்கை-யில் சந்தோஷமாக இருப்பது இல்லையாம்...

தங்கள் கணவர்களிடம் இதை பற்றி பேசவும் அவர்களுக்கு போது-மான Space இருப்பதில்லை. இதை பற்றி சொன்னால் தங்கள் கணவன்மார்கள் எப்படி React செய்வார்கள் என்பது பெண்களுக்கு அச்சத்தை ஏற்படுத்துவதாகவே உள்ளது . பெரும்பாலான ஆண்கள் தங்கள் சுய இன்பத்தை மட்டுமே பார்க்கிறார்களே தவிர பெண்களின் இன்பம் பற்றி அவர்களுக்கு கவலை இருப்பதில்லை. நிறைய ஆண்க-ளுக்கு Foreplay என்றாலே என்னவென்று தெரிவதில்லை.

இந்தியாவில் 30 % சதவீத பெண்கள் , தங்கள் கணவர்களால் உடல் ரீதியான தாக்குதலுக்கு ஆளாகி "Domestic Violence " மூல-மாக பாதிக்கப்படுகிறார்கள் !

ஒரு அழகான பெண் யாரும் இல்லாமல் தனியே இருக்கிறாள் என்-றால், அவளை இந்த Society எப்படி பார்க்கும் என்பதையும், ஆண்-களின் சுய உணர்ச்சிக்கு அவர்கள் எப்படி ஆளாகிறாள் என்பதை மிக அழுத்தமாக பதிவுசெய்த Italian புரட்சி படம் தான் Monica Bellucci நடித்த Malena (2000).

ஆண் துணை இல்லாமல் தனியாக இருக்கும் பெண்களை ,எப்படி எல்லாம் Pervertise செய்கிறார்கள் என்பது அந்த படத்தை பார்த்து தெரிந்து கொள்ளலாம்.

பெண்களை காம பொருளாக மட்டுமே காட்சிப்படுத்தி சினிமா படங்-கள் எடுக்கப்பட்டு வருகின்றன.

பெரிய நடிகர்களின் Commercial படங்களில் பெரும்பாலும் பெண்களுக்கு பெரிதும் Scope இருப்பதில்லை. ஹீரோவுடன் Romance செய்யவும், Item song கிற்கு dance ஆடவும் தான் பெண் நடிகர்கள் பயன்படுத்தபடுகிறார்கள். இந்த நிலை மாற வேண்டும்.

மிருகத்தனமான இவ்வுலகில் பாலியல் தொழிலாளியாக வாழ்வது மிகவும் ஆபத்தான ஒன்று. பாலியல் தொழில் செய்யும் பெண்களுக்கும் மரியாதை கிடைக்க வேண்டும். யாரும் விரும்பி பாலியல் தொழிலில் ஈடுபடுவது இல்லை. வாழ்க்கையின் கட்டாயத்தால் வறுமையால் அந்த தொழிலை செய்ய நேரிடுகிறது. அவர்களின் வாழ்க்கையும், பாதுகாப்பும் கேள்வி குறியாக மாறிவிடுகிறது. அவர்களும் நம்மை போன்ற சாதாரண மனிதர்கள் தான். பாலியல் தொழிலாளர்கள் மீதான இந்த சமூகத்தின் பார்வை மாறும் என்று நம்புகிறேன். இங்க பத்தினி , பாஞ்சாலினு யாரும் கிடையாது. உங்களுக்கு பிடித்த மாறி வாழ்ந்தால் அதுவே போதும்.

பெண்களின் வளர்ச்சியில் தான் நாட்டின் வளர்ச்சியும் அடங்கி உள்-ளது. எல்லா பெண்களும் அவர்களின் ஆசைகளை Explore செய்து, தங்களின் வாழ்த்துக்கையை எந்த ஒரு கட்டுப்பாடும் இல்லாமல் , சுதந்திரமாக வாழ வேண்டும் என்பதே எனது விருப்பம்.

நீரின்றி உலகில்லை

கடல் இன்றி மீன் இல்லை

காற்றில்லா சுவாசம் இல்லை

பெண் சுதந்திரம் இன்றி நாட்டின் விடுதலை இல்லை.

# 5

# காதலும் உறவுகளும்

காதல் மனிதனுக்கு ஒரு தடவ தான் வரும், "காதல்" செடில பூக்குற பூ மாதிரி. ஒரு தடவ உதிர்ந்திட்டா அது திரும்பவும் ஒட்டவைக்க முடியாது போன்ற பற்பல விதமான நகைச்சுவை வசனங்களை பார்த்து சிறுவயதில் சிலிர்த்து போய் சில்லறையெல்லாம் செதறவிட்டிருக்கோம்.

உண்மையான காதல் னா Titanic படத்துல வர Jack மாதிரி உயிரகுடுக்கனும் என்றெல்லாம் Over ஆக Buildup பண்ணி Exaggerate செய்து வைத்துள்ளார்கள்.

இதை கூட விட்டுவிடலாம், ஆனால் யார் என்றே தெரியாத ஒரு பெண்ணை பார்த்த முதல் நொடியே இவள் தான் என் காதலி என்று முடிவு செய்துவிட்டு, அவளிடம் எந்த ஒரு பேச்சுவார்த்தையும் செய்யா- மல், ஒருதலை காதல் செய்து கொண்டு, அவளுடன் கனவிலே கல்யா- ணம் பண்ணி குடும்பம் நடத்தும் அளவிற்கு கற்பனை செய்து கொள்- வார்கள்.

அவர்கள் கற்பனை செய்து கொண்டிருக்கும் போது வேறு ஒருவன் உள்ளே புகுந்து அந்த பெண்ணை Correct பண்ணிடுவான். அப்பறம் காதல் தோல்வி னு சொல்லிட்டு நண்பர்களின் காதுகள் செவிடாகும் வரை புலம்பி தள்ள வேண்டியது. கற்பனை பண்ண Time la அந்த பெண்ணை அப்ரோச் செய்திருந்தால் உனக்கு ஏதேனும் வாய்ப்பு இருந்-திருக்கலாம். அது விட்டுட்டு, "மேயாத மான்" படத்துல வர்ர இதயம் முரளி மாறி One side காதல் தான் பண்ணுவேன்னு ஒத்த காலுல நின்னா ஜோக்கர்ரா தான் ஆவோம்.

இன்னொரு அரிய வகை ஜந்துக்கள் இருக்கிறார்கள்... ஒரு பெண் எத்தனை முறை No சொன்னாலும், எந்த ஒரு வெக்கமும் இல்லாமல் அவர்களை எப்படியாவது காதல் செய்ய வைத்து விடலாம் என்று நம்பி, தங்களை மன்மத குஞ்சுகளாக நினைத்து கொண்டு, பெண்கள் பின்-னாலே சுற்றி தெரியும் ஹரித்திக் ரோஷன்கள்.

உங்கள் காதலை ஒரு பெண் ஏற்க மறுத்துவிட்டாள் என்றால், அந்த பெண்ணை விட்டு விலகி விடுங்கள். அப்பொழுது தான் அது உங்-களுக்கும், உங்கள் சுய மரியாதைக்கும் நல்லது. அத விட்டு சிவகார்த்தி-கேயன் போல் Stalk செய்து அவள் பின்னாலே சுத்துவேன் என்றால், உங்களை அந்த பெண் நாயை விட கேவலமாக தான் பார்ப்பாள்.

ஒரு பெண் "No" என்று சொன்னால் அதற்கு அர்த்தம் "No" என்-
பது தான். "அவ பாக்களனா விட்டு விடாதே, உள்ளிருக்கும் காதலை
தான் வெட்டி விடாதே, அவ திட்டுனாலும் துப்பு நாளும் கவலை
படாதே" என்று சினிமா படங்களை கேட்டு விட்டு, உங்கள் தலையில்
நீங்களே மண்ணை அள்ளி போட்டு கொள்ளாதீர்கள் நண்பர்களே.

அடுத்தது, காதல் செய்யும் நபர்கள். யாருக்கு

எப்படி, எப்போது காதல் வரும்னே தெரியாது. ஆனால் வர்றப்ப
சும்மா Superman மாறி சர்ருன்னு பறந்து வந்துரும். காதல் வந்து
Commit ஆகி விட்டார்கள் என்றால், அந்த காதலின் தாக்கம்
Indian economy போல் சட்டென்று இறங்கி விடுகிறது. இன்றைய
காதல் எல்லாம் 2 வருடம் கூட தாக்கு பிடிப்பதில்லை. இதற்கு கார-
ணம் என்னவென்றால், நம்ம அப்பா அம்மா காலத்துல அவுங்க காதல்
செய்றப்ப WhatsApp, Instagram ல இல்லை. அவங்க பேசுறதுலாம்
லெட்டர் எழுதி தான் பேசினாங்க. நேர்ல பார்த்து பேசுறது எல்லாம்
ரொம்ப கஷ்டம். யாராச்சும் பாத்துட்டு பெரிய பிரச்சினை ஆகிடும்.
பார்த்து கொள்வதே அவங்களுக்கு பெரிய காதலா இருந்துச்சு. அதனால
அதிக புரிதலுடன் காதல் பண்ணாங்க. அவுங்க காலத்துல Break up
ஆவது நடக்காத ஒன்று. ஆனா நம்ம generation காதலர்களுக்கு

எல்லாமே Easy யா கிடைச்சுறுது. தன்னோட பார்ட்னர் பத்தி எல்லாமே தெரிஞ்ச போய்டுது.

எப்பொழுது பார்த்தாலும் Facebook, WhatsApp , Instagram போன்ற வலைதளத்தில் கடலை போட்டுக்கொண்டு, காது puncher ஆகும் அளவிற்கு செல்போன் பேசிக்கொண்டு முதலில் குஜாலாக இருக்கவேண்டியது. அப்பறம் போக போக கடலை போட content இல்லாமல் கஷ்டபட வேண்டியது. சின்ன சின்ன விசயத்துக்குளாம் சண்டை போட்டுட்டு, அப்பரம் அது சரியில்ல, இது சரியில்லனு நொட்டை கூற வேண்டியது. வெறும் அழகை வைத்து காதல் செய்து விட்டு சீக்கிரமே Bore அடித்து விடுகிறது, அப்பறம் ஏன்டா காதல் செய்தோம் என்று கவலைப்பட வேண்டியது.

காதல் என்றால் Mutual Respect & understanding என்பதை மறந்து விட்டு Personal space குள்ளே மூக்கை நுழைக்க வேண்டி-யது. எனக்கு புடுச்ச மாறிதா நீ இருக்கனும் , நா சொல்ற டிரஸ் தான் நீ போடனும், நா சொல்ற நபர்கள் கிட்ட மட்டும்தா நீ பேசனும்னு சும்மா சும்மா எதுக்கு எடுத்தாலும் possesive ஆகி சந்தேகப்பட வேண்டி-யது, அப்பறம் Toxic Relationship னு சொல்லி Break up செய்ய வேண்டியது .

இன்றைய இளைஞர்கள் Break up ஆன பிறகு, சரக்கு கஞ்ஜா னு அடிச்சிட்டு, இதுக்கு இல்லையா ஒரு End uh என்று சொல்லும் அளவிற்கு Depressionனுக்கு சென்றுவிட்டு தய்யத்தக்கா தய்யத்தக்கா என்று Night fulla குதிக்க வேண்டியது அப்பறம் காலையில எழுந்து மறுபடியும் புலம்ப வேண்டியது . Carrier பத்தி யோசிக்காமல் கண்ட-தையும் யோசிப்பது. இது தான் இன்றைய காதலின் நிலைமை.

முன்னாடிலாம் காதல் சேர வில்லை என்றால், உயிரை விட்டு காதலை நிருபித்த காலம் மாறி, இன்று , கேரளாவில் தன் காதலனை விட வசதியான மாப்பிள்ளை கிடைத்ததால் அந்த காதலனை கழட்டி விட வழி தெரியாமல்,

அவளை உருகி உருகி காதலித்த பாவத்திற்கு Slice juice ல் விஷம் கலந்து அந்த காதலனை பரலோகம் அனுப்பிய காதலியின் புனிதமான காதலை நினைத்து மெய்சிலிர்த்து போகிறேன்.

தன் காதலியுடன் நெருக்கமாக இருப்பதை photo ,video எடுத்து விட்டு Break up ஆன பின்னர், அந்த photo ,video களை

வைத்து black mail செய்றது இன்னைக்கு ரொம்ப சகஜம் ஆகிடுச்சு.

காதல், நட்பு என்பவை வேறும் பெயர்கள் அல்ல .

அவை வாழ்நாள் முழுவதும் உணரப்பட வேண்டிய மனித உணர்வு-கள்.

அந்த உணர்வுக்கு வயது வித்தியாசமோ, சமுகமோ, குடும்பமோ தெரியாது. அவர்கள் ஒருவரையொருவர் ரசித்து, காதல் செய்வதை காட்டிலும் ஒரு பெரிய மகிழ்ச்சியில்லை. ஆனால் அந்த காதல் கடைசி வரை மாறாமல் அப்படியே இருக்கும் என நினைத்தால் நீங்கள் தான் பெரிய கோமாளி.

ஒருவனுக்கு ஒருத்தி,காதல் என்பது கடைசிவரைக்கும் , என்பதெல்-லாம் உலகமகா உருட்டு.

காதல் என்பது இரு உயிர்களுக்கு நடுவே ஏற்படும் தூய உணர்வு.. அந்த உணர்வு காலத்திற்கேற்ப மாறிக்கொண்டே இருக்கும். வாழ்க்-கையில் ஒவ்வொரு கட்டத்திலும் ஒவ்வொரு விதமான மனிதர்கள் நம் வாழ்வில் வருவார்கள். அவர்கள் எல்லோரிடமும் ஒவ்வொரு விதமான காதல் ஏற்படும்.

அதை புரிந்து கொண்டு நகர்வதில் தான் வாழ்க்கையின் அழகியல் இருக்கிறதே தவிர, காதல் என்பது ஒருமுறை தான் வரும்னு ஒருவரி-டமே உங்களை Surrender செய்தால் , அந்த நபர் உங்களை விட்டு

சென்று விட்டால் , நீங்கள் வாழ்க்கையை வெறுத்து நொந்து நூடுல்ஸ் ஆகி விடுவீர்கள். அப்படி செய்வது, Brake இல்லாமல் வண்டி ஓட்டுவதற்கு சமம்,எப்பவேனாலும் உங்களை காவு வாங்கிவிடும் . உங்கள் காதல் தோல்வியடைந்ததால் , கொஞ்சம் Time எடுத்து உங்களை சரி செய்து கொள்ளுங்கள் . பின்னர் புது புது விஷயங்களை உங்கள் வாழ்க்கையில் சேர்த்து கொள்ளுங்கள். உங்கள் இலட்சியத்தை நோக்கி வாழ start பண்ணுங்க. காலப்போக்கில் அடுத்த காதல் உங்களை தேடி அதுவே வரும். அப்படி வந்தால் போன தடவை பண்ண தவறுகளை இதுல பண்ணாதீங்க . அத விட்டுட்டு" 96 " விஜய் சேதுபதி மாறி ஒரு வாழ்க்கை,ஒரு காதல்னு பைத்தியக்காரத்தனம் பண்ணாம , தர்மதுரை விஜய் சேதுபதி மாறி Multiple Relationship Explore செய்து உங்கள் வாழ்க்கையை அழகாக்கி கொள்ளுங்கள்.

Life always gives you a second chance, grab it carefully !

திருமணத்திற்கு பிறகு என்ன வேணாலும் நடக்கலாம். Divorce ஆகலாம், உங்களுக்கு வேறு ஒருவருடன் காதல் உறவு ஏற்படலாம். இந்தியாவில் 70% பெண்கள் தங்கள் கணவனுடன் Sex வாழ்க்கையில் சந்தோசமாக வாழ்வதில்லையாம் (Sexually unsatisfied). Failed marriages முலமாக Divorce செய்வதும் படிப்படியாக உயர்ந்து கொண்டே வருகிறது .

ஒருவரையே காதலித்து, ஒரே Relationship இல் நீண்ட காலம் இருந்து,அவரையே கல்யாணம் செய்து,கடைசி வரை அவர்களுடனே வாழ்கிறீர்கள் என்றால் வாழ்த்துக்கள். இன்றைய காலத்தில் இது போன்றவை ஹிந்தி நடிகர் சல்மான் கான்னுக்கு திருமணம் ஆவது போன்றது ,அரிய வகை நிகழ்வாகும் . ஒரு சராசரி மனிதனின் வாழ்க்கையில் 3-7 காதல்களாவது இருக்குமாம். அதில் 2 காதல்கள் அதிக நாட்கள் தாக்கத்தை ஏற்படுத்தும் விதத்தில் good memories உடன் இருக்குமாம், மற்றொரு 2 காதல் நமது மனதை உடைத்து long term suffering செய்யும் விதத்தில் அமையுமாம் , மிச்ச மூன்று காதல் Short term Memories உடன் இருக்கும் என ஒரு புத்தகத்தில் படித்தேன் .

காதலித்தால் கல்யாணம் பண்ணியே ஆக வேண்டும் என்ற எந்த கட்டாயமும் இல்லை. முதலில் நீங்கள் காதலித்த விஷயம் போக போக உங்களுக்கு பிடிக்காமல் போகலாம், உங்கள் மனநிலை மாறலாம். உங்-

களுக்கு Respect & Mutual care relationship இல் கிடைக்க-வில்லை என்றால் அதை விட்டு விலகுவது தான் நல்லது.

உங்களது இளமை பருவத்தில் நீங்கள் செய்ய நினைப்பது அனைத்-தையும் செய்ய விடுங்கள் ,பல பேர்களுடன் நட்பு கொள்ளுங்கள், காதல் கொள்ளுங்கள் , நிறைய பேரை Date செய்யுங்கள், பின்பு நன்கு யோசித்து ஒருவரை முழுதும் அரிந்து காதலித்து திருமணம் செய்து கொள்ளுங்கள். அந்த திருமணம் கடைசி வரை நிலைத்து இருக்க வேண்டும் என்ற எந்த அவசியமும் இல்லை. காதலும், திருமணமும் சூரியனுக்கு அருகில் tent போடுவதற்கு சமம்,அது உங்களை எரித்து ஒரு வழி செய்து விடும். அந்த கமிட்மென்ட்டை காலம் முழுவதும் எடுத்து செல்வதற்கு ஒரு சூப்பர் பவர் வேண்டும்.

திருமண வாழ்க்கை உங்களுக்கு மகிழ்ச்சியை தரவில்லை என்றால் அதை சரிசெய்ய பாருங்கள். எதுவுமே வேலை செய்யவில்லை என்றால் தாராளமாக பிரிந்து விடுங்கள் . இருப்பது ஒரு வாழ்க்கை,அதை மனதார வாழுங்கள், மனக்கஷ்டத்துடன் அல்ல.

ஆண் பெண் இருவரும் காதல் செய்கிறார்கள். ஆனால் அவர்-களுக்கு இடையே நட்பு ரீதியாக மட்டுமே அந்த காதல் இருக்கிறது, காமம் பற்றி அவர்களுக்கு விருப்பம் இல்லை என்று பட்சத்தில் அவர்-கள் platonic Relationship இல் ஈடுபடலாம்(காமமற்ற காதல்).

இருவருக்கும் காம உணர்வு மட்டுமே இருக்கின்றது, அதை காதல் உறவாக மாற்ற விருப்பம் இல்லை என்பவர்கள் Friends with Benefits உடன் இருக்கலாம்(physically attracted to each other).

கல்யாணம் பண்ண விருப்பம் இல்லாதவர்கள் living Relationship ல இருக்கலாம். இப்படி ஏகப்பட்ட உறவு முறைகள் இருக்கின்றன.

Same Gender Relationship களும் இன்று நிறைய மாற்றங்-களை கண்டு வருகிறது. பெண்ணும் பெண்ணும், ஆணும் ஆணும் காதல் செய்வது என்பது அவரவர் விருப்பமே.

எதுவாக இருந்தாலும் உங்கள் விருப்படியே வாழுங்கள், மற்றவர்க-ளுக்காக வாழாதீர்கள்.

Love, marriage, living & Romantic என எல்லா விதமான Relationship களிலும் Positive & Negative விஷயங்கள் நிறைய இருக்கும் . அதை எல்லாம் பழகி பார்த்து நன்கு எல்லாவற்றையும் அரிந்து அந்த Relationshipபை அடுத்த கட்டத்துக்கு எடுத்துச் செல்-லுங்கள். என்னைக்காவது ஒருநாள் அந்த உறவும் டைட்டானிக் கப்-பல் போல் மூழ்கிவிடும். அந்த நாள் வரும் வரை உங்கள் உறவுகளை கொண்டாடி Celebrate செய்து விடுங்கள்.

எந்த உறவையும் வற்புறுத்தி உங்களுடன் நிரந்தரமாக வைத்துக் கொள்ள நினைக்காதீர்கள். நீங்கள் வேண்டும் என நினைத்தால் அவர்-கள் கண்டிப்பாக உங்களுடன் இருப்பார்கள், நீங்கள் வேணாம் என்றால் நினைத்தால்,உசைன் போல்ட் ஆக மாறி சிறுத்தை வேகத்தில் உங்களை விட்டு ஓடிவிடுவார்கள். எந்த உறவும் Force பண்ண பண்ண அது உங்களை விட்டு நிரந்தரமாக சென்றுவிடும்.

காதல் தோல்வினு வருத்தப்படமா , அந்த காதலில் கிடைத்த சந்தோஷமான நினைவுகளை நினைத்து கொண்டாடுங்கள். காதலை கொண்டாடுவதை போல காதல் தோல்வியையும் கொண்டாடுங்கள். வாழ்க்கை அழகாக இருக்கும்.

**Dil chahta hai** படத்தில் ஒரு வசனம் வரும், வாழ்க்கை என்பது மணல் போன்றது. அந்த மணலை எடுத்து உங்கள் கையில் பிடித்து, எந்த அழுத்தமும் குடுக்காமல் வைத்திருந்தால் ,அது உங்கள கையிலே அப்படியே இருக்கும் .

அந்த மணலை அழுத்தி , இறுக்கி பிடிக்கும் போது ,அது உங்கள் கையிலிருந்து நழுவி விடும்.

வாழ்க்கையும் நிரந்தரமில்லை

வாலிபமும் நிரந்தரமில்லை

வலிகளும் நிரந்தரமில்லை

வந்தவரும் வருபவரும் நிரந்தரமில்லை

வெற்றியும் தோல்வியும் நிரந்தரமில்லை

காமமும் நிரந்தரமில்லை, காதலும் அவ்வாறே எதுவுமே நிரந்தரம் இல்லை... காதலும் அவ்வாறே. இதை புரிந்து நடந்துகொண்டால் வாழ்க்கை மிக அழகாக மாறிவிடும்

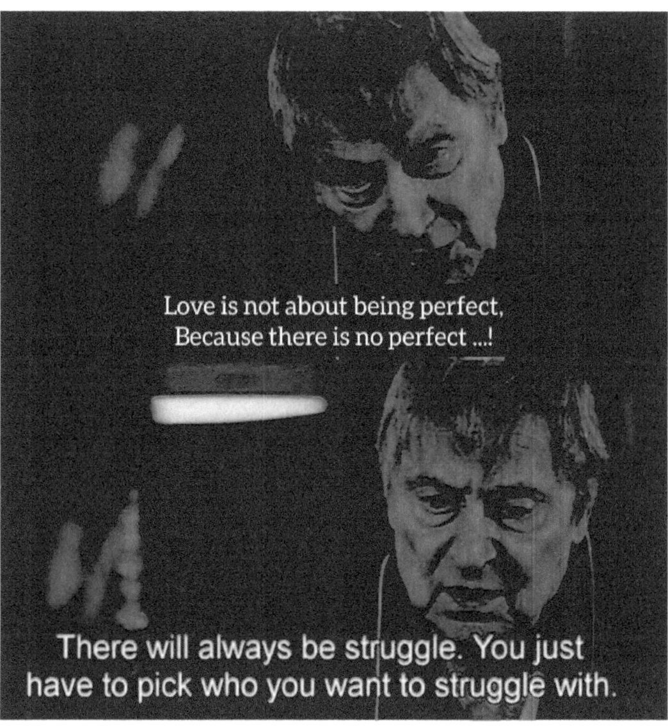
Love is not about being perfect,
Because there is no perfect ...!
There will always be struggle. You just
have to pick who you want to struggle with.

# 6

# சினிமாவும் சிந்தனையும்

"Cinema is not just an entertainment Art, it's the most influential Art of Life".

வாழ்க்கை என்றால் என்னவென்று பள்ளிக்கூடம், காலேஜ் போய் படிச்சு தெரிஞ்சுகிறத விட திரைப்படம் பார்த்து தெரிஞ்சுகிறது தான் அதிகம்.

சினிமா என்பது பொழுதுபோக்காக இருந்தாலும் அது நமது அன்றாட வாழ்க்கையின் பிரதிபலிப்பாக இருக்கிறது. காதல், நட்பு, குடும்பம், பாசம், நகைச்சுவை, திகில்,பேண்டஸி,அனிம், நாடகம்,குற்றம்,கொலை , பழிவாங்குதல், நடனம்,பாட்டு, சமுக நீதி, நாட்டுப்பற்று, நல்லது ,கெட்டது என எல்லா விதமான செயல்களையும் உணர்வுகளையும் நம் கண்முன்னே படம் போட்டு காட்டு விடுகிறது சினிமா தான்.

மக்கள் பெரும்பாலும் திரைப்படங்களைப் பார்ப்பதையும் விவாதிப்பதையும் விரும்புகிறார்கள். அது அவர்களின் வாழ்க்கையின் முக்கிய பகுதியாகும். ஒரு திரைப்படத்தைப் பார்ப்பது நமது வாழ்க்கையை மேம்படுத்தலாம், நம்மை சிரிக்க வைக்கலாம், சிந்திக்க வைக்கலாம், ஆழமாக பாதிக்கலாம், அழிக்கலாம் அல்லது எந்த தாக்கத்தையும் ஏற்படுத்தாமலும் போகலாம். ஒவ்வொரு திரைப்படமும் மக்களுக்கு நேர்மறை மற்றும் எதிர்மறையான தாக்கங்களை ஏற்படுத்தலாம்.

வெளிநாட்டு படங்களை பார்பதன் முலம் ஒரு நாட்டின் மக்களை பற்றியும் அவர்களின் வாழ்க்கை முறை, கலாச்சாரத்தை பற்றி தெரிந்து கொள்ள முடிகிறது . என்னை அதிகமாக ஈர்த்தது ஈரானிய (iran)படங்கள் . அந்த படங்கள் அங்குள்ள மக்களின் வாழ்வாதா-ரம்,வறுமை, மக்களின் தேவைகள், சமூகத்தின் அழகியல் பற்றி எளி-மையாக எடுத்துரைக்கும் எதார்த்தமான விதத்தில் இருக்கும்.

ஹாலிவுட் படங்கள் உலகலாவிய அளவில் பிரபலமான மற்றும் சினிமாத்துறையில் அதிகம் தாக்கத்தை ஏற்படுத்திய திரைத்துறை ஆகும். இந்தியாவில் வெளியாகும் மற்றும் வெளியாகிய நிறைய படங்-கள் ஹாலிவுட் படங்களை பார்த்து inspire ஆகி எடுக்கப்பட்ட பாடங்-களின் எண்ணிக்கை அளவில்லாதது .

தமிழில் பெரிய வெற்றி பெற்ற படங்கள் ஒரு சிலவற்றை நினைவு கூறுகிறேன்.

2000 ஆண்டு ஹாலிவுட்டில் வெளியான Memento எனும் படத்தை அப்பட்டமாக காப்பி அடிச்சு சுட்டு மிகப்பெரிய வெற்றி பெற்ற படம் தான் 2005 வெளியான கஜினி திரைப்படம்.

1972 ஆம் வெளியான God father திரைப்படம் ganster genre படங்களுக்கு எல்லாம் பிறப்பிடமாக மாறிவிட்டது. அந்த படத்தை வைத்து நிறைய திரைப்படங்கள் இந்திய சினிமாவில் வெளியாகி-யுள்ளன.. தமிழில் தேவர் மகன் மற்றும் நாயகன் ஆகிய இரண்டு படங்-களும் தமிழ் சினிமாவின் மயில் கற்கள் ஆகும் இந்த இரண்டு படங்க-ளும் God father படத்தில் இருந்து Inspire ஆகி எடுக்கப்பட்டவை.

Brewster's Millions(1985) படத்தை பார்த்து inspire ஆகி அருணாச்சலம் திரைப்படம் எடுக்கப்பட்டது.

Mrs. Doubtfire(1993) படத்தை பார்த்து inspire ஆகி தான் அவ்வை சண்முகி படம் எடுக்கப்பட்டது.

What about Bob (1991) படத்தில் இருந்து inspire ஆகி தெனாலி திரைப்படம் எடுக்கப்பட்டது. தெய்வ திருமகள் திரைப்படம், I Am Sam (2001) என்ற படத்தில் இருந்து inspire ஆகி எடுக்கப்பட்-டது. மிரளவைக்கும் gangster படமான Al Pacino நடித்த Scarface (1983) திரைப்படத்தை சுட்டு தான் Billa 2 திரைப்படம் உருவானது.

Very bad things(1998) படத்தை base பண்ணி பஞ்சதந்திரம் திரைப்படம் உருவானது. 1970 இல் வெளிவந்த Sun flower படத்தை

மையமாக வைத்து மணிரத்னம் தமிழில் ரோஜா திரைப்படத்தை இயக்-
கினார். 1950 ஆம் ஆண்டு வெளிவந்த ஜப்பானிய திரைப்படமான
Rashomon படத்தில் inspire ஆகி விருமாண்டி திரைப்படம் உரு-
வானது. இப்படி நாடுவிட்டு நாடுகள் கடந்த பந்தத்தை சினிமா படங்கள்
நமக்கு உருவாக்கி தருகின்றன.

ஷாருக்கான் நடித்த Dilwale dulhania le jayenge (1995)
திரைப்படம் சீனாவில் 20 வருடங்களுக்கு மேலாக ஓடி சாதனை
படைத்தது. ரஜினியின் முத்து திரைப்படம் ஜப்பானில் நீண்ட நாட்கள்
ஓடி மாபெரும் சாதனை செய்தது. ராஜமௌலி இயக்கிய RRR திரைப்ப-
டம் Western Country களில் எதிர்பாராத விதமாக பெரும் வரவேற்-
பைப் பெற்று இந்திய சினிமாவின் திருப்புமுனையாக மாறி அசத்தியது.

இப்படி மொழி, நாடு என எந்த ஒரு வித்தியாசமும் இல்லாமல்
திரைப்படங்கள் மக்களுக்கு இடையே ஒரு பாலமாக இருந்து நட்புற-
வையும் , கலையணர்வையும் வலிமை படுத்துகிறது.

ஜப்பானிய அனிம் படங்கள் , குழந்தைகள் மற்றும் இளைஞர்கள்
மத்தியில் பெரிய தாக்கத்தை ஏற்படுத்துகிறது. Naruto மற்றும் One
piece போன்ற அனிம் தொடர்கள் தன்னம்பிக்கையை வளர்க்கும்
விதத்திலும், வாழ்க்கையை Positive வாக வாழ பெரிதும் ஊக்குவிக்கும்
வகையிலும் Motivate செய்யும் விதத்தில் உருவாக்கப்பட்டுள்ளன.
அவைகளை பார்க்கும் போது வாழ்க்கையின் அழகியல் புரிகிறது.

One piece அனிமில் வரும் மைய கதாபாத்திரமான Monkey
D Luffy வாழ்க்கையில் நாம் அனைவருக்கும் ஒரு முன்னோடி என
கூறலாம்.. அந்த கதாபாத்திரம் எப்பொழுதும் மகிழ்ச்சியாக , எவ்வ-
ளவு பெரிய பிரச்சினை வந்தாலும் அதை ஒரு பொருட்டாகவே எடுத்-
துக் கொள்ளாமல் சிரித்து கொண்டே அதை சரி செய்வான். தன்
உடன் இருப்பார்களை மிகுந்த அளவில் அன்பாக பார்த்துக்கொள்-
வான். அனைவரையும் பிரிவினை இன்றி நடத்துவான்... மற்றவர்-
கள் கஷ்டபடுவதை பார்த்தால் முதல் ஆளாக வந்து அவர்களுக்கு
உதவி செய்வான்.உடல், நிறம்,சாதி, மதம் என எல்லா விதமான ஒடுக்-
குமுறை மற்றும் அடிமைத்தனத்திற்கும் எதிராக குரல் கொடுப்பான்.
அந்த கதாபாத்திரம் நம்மை அதிகமாக சிரிக்க வைக்கும். அதே
சமயம் நமக்குள்ளே தன்னம்பிக்கையும் வளர்த்துக் கொள்ள வைக்கும்.
வாழ்க்கையை நண்பர்களுடன் சேர்ந்து மகிழ்ச்சியாக வாழ வேண்டும்

என்பதற்கு எடுத்துக்காட்டு தான் Monkey D Luffy. இந்த கதா-பாத்திரத்தை குழந்தைகள் பார்க்கும் போது நல்ல ஒழுக்கத்துடன் வளர Inspiration ஆக இருக்கும்

சூரரைப் போற்று , வாரணம் ஆயிரம், எம்.எஸ்.தோனி, போன்ற படங்களை பார்ப்பதன் மூலம் நம் வாழ்க்கையில் சாதிக்க வேண்டும் என்ற எண்ணம் நமக்குள்ளே தீயாக ஒட்டிக் கொள்கிறது.

Indian, Swades , Lakshaya, URI the surgical strike , Chak de india, Dangal போன்ற படங்களை பார்ப்பதால் நமது நாட்டை நினைத்து பெருமை கொள்ளவும், நாட்டுப்பற்று வளரவும் உதவுகிறது.

திருமணம் ஆன பின்னர் ஏற்படும் காதல் பற்றி மிக அழகாக வர்-ணித்து எடுக்கபட்ட காவியம் தான் சீனப் படமான " In the mood for Love" (2000). அந்த படம் காதல் என்பது எவ்வளவு அழகான மற்றும் ஆழமான உணர்வு என்பதை புரிய வைக்கும்.

இந்தி திரைப்படமான PK (2014) படத்தில், கடவுள் பற்றியும், கடவுளை வைத்து ஏமாற்றுவேலை செய்பவர்களை பற்றியும் மிக அழகாக சொல்லியிருப்பார்கள்.

V for Vendetta (2005) போன்ற புரட்சி படங்கள் , அரசாங்-கத்தின் அராஜக கொள்கைகளை எதிர்க்கும் விதத்தில், மக்களிடையே

மிகப்பெரிய புரட்சி தாக்கத்தை விட்டுச் செல்கிறது..

திரைப்படத்தை பயன்படுத்தி அரசியல் ஆட்சியை பிடித்த நிறைய சம்பவங்கள் இருக்கின்றன. தமிழ் நாட்டில் MGR , ஆந்திராவில் NTR, California யாவில் அர்னால்ட் போன்றவர்கள் திரைப்படத்தின் மூலம் பிரபலமாகி பின்னர் அரசியல் அதிகாரத்தை கைப்பற்றினர்.

ஹாலிவுட் இயக்குநர் Spike Lee தொடர்ந்து நிறவெறிக்கு எதிராக தனது படைப்புகளை உருவாக்கி தனது நிலைப்பாட்டை பதிவு செய்துள்-ளார்.

தமிழ் சினிமாவில் Spike Lee யின் பாணியில் பா. ரஞ்சித் தனது படங்கள் மூலம் சாதிக்கு எதிராக குரல் கொடுத்து வருகிறார். படங்கள் பொழுதுபோக்கு தளமாக மட்டும் இல்லாமல் சமூகத்தை நல்வழி படுத்-தும் புரட்சி தளமாகவும் பயன்படுகிறது.

Malcolm X, Just mercy, Django unchained, 12 years of a slave , Judas and the black Messiah , Da 5 Bloods, Blood diamond, City of God போன்ற நிறைய திரைப்படங்கள் நிறவெறிக்கு எதிராக கருப்பின மக்களின் வாழ்க்கையையும், வறுமை-யையும்,வலிகளையும் பதிவு பண்ணும் விதத்தில் இருக்கும் .

தமிழில் அசுரன், பரியெறும் பெருமாள், கர்ணன், ஜெய் பீம், மண்-டேலா, மகாமுனி, உறியடி,மாடத்தி, நசீர் போன்ற படங்கள் மதம் மற்றும்

சாதி ரீதியான விஷயங்களுக்கு எதிராக வெளிவந்த படங்கள்.

சமூகத்தில் மாற்றம் வர வேண்டும் என்றால் அதை புரட்சி பாதை-யில் எடுத்து செல்ல படங்கள் ஆயுதமாக பயன்படுகின்றன.

வாழ், சார்லி, ஓ மை கடவுளே, zindagi Naa milegi dobara, Ye jawaani hai deewani, wake up Sid, Forrest gump, Shawshank redemption , Motorcycle diaries, 3 idiot's போன்ற படங்களை பார்ப்பதால் வாழ்க்கை எவ்வளவு கவர்ச்சியானது என்பதையும், அதை காதலித்து தேடி செல்கின்ற பயணத்தில் தான் சந்-தோஷம் இருக்கிறது என்பது புரிய வரும்.

இயக்குனர் ராம் எடுத்த கற்றது தமிழ், தரமணி, பேரன்பு, தங்க மீன்-கள் போன்ற படங்கள் இந்த சமுதாயத்தை பற்றிய மன அழுத்தத்தை-யும், மறு பக்கத்தையும், மக்களின் வாழ்வியல் எதார்த்தத்தை வெளிப்ப-டுத்தவும், முற்றிலும் மாற்று சிந்தனை கொண்டதாகவும் இருக்கும் .

தியாகராஜன் குமாரராஜா இயக்கிய சூப்பர் டிலக்ஸ் திரைப்படம் கடவுள், திருநங்கைகள், Sex , விபச்சாரம், மதம்,ஜாதி என எல்லா விதமான கருத்துக்களுக்கும் தெளிவான பார்வையுடன் விளக்கி எடுக்-கப்பட்ட திரைப்படம்.

என்னை பொருத்த வரை, நான் பார்த்ததிலே மிக சிறந்த திரைப்ப-டம்.

Science fiction மற்றும் ஃபேண்டஸி படங்கள் பார்ப்பதன் மூலம் நமது கற்பனை மற்றும் யோசிக்கும் திறன் முற்றிலும் மாறுபடுகிறது. புதிய கண்ணோட்டம் நமக்குள்ளே பிறக்கின்றது. The matrix, Terminator, Avatar, Extra terrestrial, Interstellar, inception, Harry Potter, pirates of the Caribbean , 24, மாநாடு, எந்திரன் , இன்று நேற்று நாளை போன்ற scientific & fantasy படங்கள் நமது மனதில் எப்படி ஆழமாக வேரூன்றி இருக்கி-றது என்பது இதற்கு சாட்சி.

நம் மனதை படபடவென்றும், பயமுறுத்தும் விதத்திலும், விறுவிறுப்-பான கதை அம்சத்துடன் நமது மனங்களை கொள்ளையடிக்கும் தாக்-கம் கொண்டது தான் திரில்லர் படங்கள்.ராட்சசன், மாயவன், வேட்டை-யாடு விளையாடு, இரும்பு திரை, தெகிடி, துப்பறிவாளன், குற்றம் 23, கண்ணும் கண்ணும் கொள்ளையடித்தால், Seven, Gone girl, the Conjuring, Zodiac, the prisoner's, No country for old men, v for Vendetta போன்ற திரில்லர் படங்களை பார்க்கும் போது இந்த மனித சமூகத்தின் அரக்க குணத்தை நினைத்து பயம் கொள்ளும் அளவிற்கு பயங்கரமான தாக்கத்தை படங்கள் கொடுக்கின்றன .

நம் வாழ்வில் இருக்கும் துன்பங்களை மறந்து நம்மை சிரிக்க வைக்-கும் தலைசிறந்த பொக்கிஷம் தான் காமெடி படங்கள்.Step brothers, The big Lebowski, Borot , The dictator , Hangover, Rush hour, Bad Boys, Tropic thunder ,Delhi belly, Dream girl , Chennai express, Housefull பஞ்சதந்திரம், வருத்தப்படாத வாலி-பர் சங்கம், மரகத நாணயம் , சூது கவ்வும்,ஒரு கல் ஒரு கண்ணாடி, Love Today போன்ற படங்களை பலமுறை பார்த்து விழுந்து விழுந்து சிரித்து ரசித்துள்ளேன்.

சூப்பர் ஹீரோ படங்கள் பார்ப்பதன் மூலம் நமது கற்பனை திறன் மட்டும் இல்லாமல் தன்னம்பிக்கையும், தைரியமும் கூடுகிறது. Batman, Captain America போன்ற சூப்பர் ஹீரோக்கள் மிக எளிமையான மற்றும் நம்மை போல் சாதாரண மனிதர்கள். அவர்கள்

அசாதாரணமான காரியங்களை தங்களின் தன்னம்பிக்கையால் செய்யும் வலிமை கொண்டவர்கள். அவர்களை திரையில் பார்க்கும் போது ஒரு புது விதமான புத்துணர்ச்சி, உத்வேகம் நமக்குள்ளே உரு-வாகும்.

சினிமா வெறும் பொழுதுபோக்கிற்காக மட்டுமே என்று சிலர் சொல்-
கிறார்கள். . சினிமா வெறும் பொழுதுபோக்கிற்காக என்று நீங்கள்
நினைத்தால், நீங்கள் ஒரு மருத்துவரை அணுகி உங்களுக்கு மூளை
இருக்கிறதா இல்லையா என்பதைச் சரிபார்க்க வேண்டும். ..

நம்ம போடுற டிரஸ்ல இருந்து, சாப்பாடு, குளிர் பானங்கள், காதல்,
நட்பு, நமது நடத்தை, பேசும் விதம், பார்க்கும் விதம், சமூக பார்வை,
அரசியல் அறிவு, எல்லாமே பெரிய பெரிய நட்சத்திர நடிகர்களும் ,
சினிமாவும் உங்களுக்குக் சொல்லிக்கொடுப்பதை பொறுத்தே அமைகி-
றது.

அப்படி எல்லாத்தையும் நமக்கு சொல்லி கொடுக்குற சினிமா, நமக்கு
நல்ல விஷயங்களை மட்டுமே சொல்லி தருதா ? இதற்கு பதில்,
Slightly yes , brightly No.

எடுத்துக்காட்டாக, ஹிரோ ஸ்டைலாக சிகரெட் பிடிப்பதை பார்த்து
விட்டு, இளைஞர்கள் அதை போலவே சிகரெட் பிடிக்க செய்கிறார்கள்
.

பெண்களை காதல் செய்கிறேன் என்ற பெயரில், ஹிரோ அவளையே
சுத்தி சுத்தி வந்து Force பண்ணி காதல் செய்ய வைக்கிறத பாத்துட்டு ,
நிறைய பேர் பெண்களை Follow செய்வதையே குறிக்கோளாக வைத்-
துள்ளார்கள்.

காதல் தோல்வி ஆன ஹிரோ , சரக்கு அடிச்சிட்டு பொண்ணுங்கள
திட்டி பாட்டு பாடுவாரு. அது பாத்துட்டு இவர்களும் காதல் தோல்வி
ஆனால் சரக்கு கஞ்ஜானு அடிக்க ஆரம்பிச்சுடுவாங்க.

காமெடி பண்றேனு சொல்லிட்டு நிறைய படத்துல நிறவெறிய தூண்-
டுற மாறியும், உருவக்கேலி செய்றதும், பெண்களை தரக்குறைவாக பேசு-
றது தான் பெரும்பாலான காமெடி வசனங்களாக இருக்குது.

அதிக வன்முறை இருக்கும் படங்களை பார்ப்பதால், வன்முறை தப்பு
என்று யோசிக்காமல், புதுக்கோட்டை , கே.ஜி.எஃப் போன்ற கேங்ஸ்டர்
படங்களை பார்த்து விட்டு, அதில்

ரவுடிகளாக , டான்களாள இருக்கும் கொக்கி குமார், ராக்கி பாய்,
ரோலக்ஸ் போன்ற நெகடிவ் கதாபாத்திரங்களை ரோல் மாடல்களாக
எடுத்து கொண்டு அடிதடியில் ஈடுபடவும் செய்கிறார்கள். மற்றவர்-
களை காயப்படுத்துவதையும் , போதை பொருட்கள் பயன்படுத்துவ-
தையும் கெத்து என்றும் நினைத்துக்கொண்டு இருக்கிறார்கள். இதற்கும்

சினிமா மோகம் தான் காரணம்.

நான் கேங்ஸ்டர் படங்களை அதிகம் விரும்புகிறவன்... ஆனால் சில இளைஞர்கள் அதை படமாக மட்டும் எடுத்துக்கொள்வதில்லை... தன்னை ஹிரோவாக நினைத்து கொண்டு, சினிமாவில் வரும் கதாபாத்-திரங்களை அப்படியே பின்பற்ற ஆரம்பித்துவிடுகிறார்கள்.

படங்களில் ரவுடி & கேங்க்ஸ்டராக இருப்பது ஹீரோயிசமாக காட்-டப்படுவதும், பொறுப்புள்ள குடும்பப் பையனை பழம், டோமர், அமுல் முஞ்சி என்று கிண்டலாக காட்டுவதும் சினிமாவில் வழக்கமான ஒன்றாக இருந்து வருகிறது. நல்லதை மோசமாகும், கெட்டதை ஹீரோயிசமாகவும் காட்டுகிறது.

சில இயக்குநர்கள் தங்கள் தனிப்பட்ட கருத்தை வெளிப்படுத்த பிற்-போக்குதனமான விஷயங்களைப் படத்தில் பேசுகிறார்கள்.

திரைப்பட இயக்குநர்கள் மிகவும் பொறுப்பாக இருக்க வேண்டும்... அவர்களுக்கு சரியான அரசியல் நிலைப்பாடும் அறிவும் இருக்க வேண்-டும். ஏனென்றால் இளைஞர் சமுதாயத்தை வழிநடத்துகின்ற பொறுப்பு இயக்குநர்களுக்கு இருக்கின்றது.

காண்பதும் சினிமா,

கேட்பதும் சினிமா,

அரசியலும் சினிமா ,

அதிகாரமும் சினிமா ,

எங்கும் சினிமா,

எதிலும் சினிமா.

# 7

# மானுடமும் மாற்றமும்

❧

"Life is all about suffering, we have to choose what we are going to suffer better".

நண்பன் படத்தில் வருவது போல் , Life is a Race . அந்த race la ஓடனும் ஓடனும் ஓடிக்கிட்டே இருக்கனும். குழந்தை பிறந்த உடனே பள்ளிக்கு போகனும். அப்பறம் class la முதல் மார்க் எடுக்கனும். இல்லனா வீட்டுல அம்மா கிட்ட தர்ம அடி வாங்கனும். ஒழுங்கா படிக்கலனா Tuition போகனும், அங்கேயும் வாத்தியார் கிட்ட மிதி வாங்கனும்.

வளர வளர பொறுப்போட சேர்த்து சேட்டையும் வளரும். நண்பர்களோட சேர்ந்து அட்டூழியம் பண்ண ஆரம்பிப்போம். அப்பறம் நமக்கு புடுச்ச நடிகர்கள வச்சு தலயா தளபதியானு சண்டை போட ஆரம்பிப்போம். அப்பறம் அந்த நடிகர் மாறியே பஞ்ச் டயலாக் பேச ஆரம்பிப்போம். அப்படியே கொஞ்சம் கொஞ்சமா மீசை வர ஆரம்பிக்கும். அப்பறம் ஒரு பொண்ணு மேல Attraction வரும், அந்த attraction உங்கள Adulthood க்கு கூட்டிட்டு போகும். அப்படியே 10 th STD வந்துருவோம் . பத்தாம் வகுப்புல நல்ல மார்க் எடுத்தா வாழ்க்கை செட்டில் ஆகிடும்னு நம்ம அப்பா அம்மா சொல்லுவாங்க. அந்த பொய்ய நம்பி மாங்கு மாங்குனு ராத்திரி முழுக்க விடிய விடிய படுச்சு நல்ல மார்க் எடுத்து பாஸ் ஆகிடுவோம். இப்பயாச்சும் நிம்மதியா இருக்கலாம்னு பாத்தா, சோதனை புடுச்ச சொந்த காரனுங்க போன் அடிச்சு , அடுத்த என்ன பண்ண போற தம்பினு கேட்டு டார்ச்சர் பண்ணுவாங்க.

அவனுங்க டார்ச்சர் தாங்க முடியாம அக்கோ பிக்கோ போட்டு பாத்து ஏதோ ஒரு Group எதுக்கு எடுக்குறோம்னே தெரியாம எடுப்போம்.

அப்பறம் 12 th ல நல்ல மார்க் எடுத்தா வாழ்க்கை செட்டில் ஆகிடும்னு மறுபடியும் அதே பொய்ய கூச்சமே இல்லாம உருட்டுவாங்க . இது நம்பி மாங்கு மாங்குனு மறுபடியும் படிப்போம். ஆனா இந்த தடவ ஒரு பொண்ணு மேல காதல் வந்துரும் . படிக்கிறத விட்டுட்டு அந்த பொண்ண பின்னால சுத்த ஆரம்பிப்போம். அந்த பொண்ணு நம்ம காதல Reject பண்ணிடுவா . அப்படியே 12 th public exam வந்துடும். பரிட்சைக்கு படிக்காம அந்த பொண்ணயே நினைச்சு உரு-கீட்டு இருப்போம். பரீட்சையும் முடிந்தது Result வந்துரும். பத்தாம் வகுப்புல இருந்த நல்ல மார்க் பன்னிரெண்டாம் வகுப்புல இருக்காது. வீட்டுல திட்டு விழும். இந்த தடவ சொந்த காரனுங்களுக்கு நம்ம பேசும் content ஆகிடுவோம். அப்படியே எல்லார்கிட்டயும் பேச்சு-வார்த்தை நடத்தீட்டு ஒரு நல்ல காலேஜில சேருவோம். ஹாஸ்டல் வாழ்க்கை நல்ல ஜாலிய போக ஆரம்பிக்கும். புது நண்பர்கள், தோழி-கள்னு காலேஜ கட் அடிச்சிட்டு பார்க் , சினிமா தியேட்டர் னு சுத்தி கூத்தடிக்க ஆரம்பிப்போம். மறுபடியும் ஒரு பொண்ணு மேல காதல் வரும் . இந்த தடவ அந்த பொண்ணு நம்மள Accept பண்ணிடுவா. காதல் பண்ணி மணிக்கணக்கா கடலை போடுட்டு அவ கூடவே முழுசா சுத்த ஆரம்பிப்போம். பிரண்ட்ஸ் கூட சுத்துறது கம்மியாகும். Semester xam வரும். ஒன்னுமே படிக்காம பரிட்சைக்கு முந்துனனாள் உக்காந்து எல்லாத்தையும் படிப்போம். எப்படியோ பிட் அடிச்சாவது பாஸ் பண்ணி-டுவோம்.அப்படியே காலேஜ் வாழ்க்கை முடிஞ்சிடும்.

அடுத்து என்ன பண்ணறதுனு தெரியாம முழிச்சிட்டு இருப்போம். அப்பறம் எதாச்சும் படிக்கலாம்னு தோணும்.ஆனா அதுக்கு ஏத்த மாதிரி படிப்ப நம்ம படிச்சிருக்க மாட்டோம் .தீடீர்னு எதாச்சும் interest வரும். ஆனா அந்த interest follow பண்ண முடியாம போய்டும் குடும்ப சூழ்நிலை காரணமாக. காதலிச்சு பொண்ண கல்யாணம் பண்ணலாம்னு யோசிச்சு வேலைக்கு போக ஆரம்பிப்போம். வேலை சேர்ந்த கொஞ்ச நாளுல வாழ்க்கை தலைகீழா மாறிடும். உங்க காதல் Break up ஆகி-டும். காதல் தோல்வில வாழ்க்கை தொலைந்து போனது போல ஆகிடும். அப்பறம் தான் Maturity வந்து குடும்பத்துக்காக வேலைக்கு போக ஆரம்பிப்போம். செய்யற அந்த வேலை கொஞ்ச நாளுல bore அடிச்-

சிடும். பிடிக்காத வேலைய பணத்துக்காக பண்ண ஆரம்பிப்போம். அப்-படியே வயசு ஆகிட்டே போகும். நம்ம கூட படிச்சவன் கார் பங்களா சொத்து சுகம்னு ஜாலியா இருப்பான் . அவன பாத்து பொறாமை படுவோம்.வீட்டுல கல்யாணப் பேச்சு ஆரம்பமாகிறும் . அப்பறம் கல்யா-ணமும் முடிஞ்சிறும். வீடு கார் எல்லாத்தையும் பக்கத்து வீட்டுகாரனிடம் பந்தா பண்ணுவதற்காக EMI ல வாங்கி போடுவோம்.அப்பறம் குழந்தை பிறந்துறும். அந்த குழந்தைகாக வாழ ஆரம்பிப்போம். School fees , EMI கட்டவே காசு சரியா இருக்கும். சம்பாதித்த பணத்தை எல்-லாம் பசங்களோட படிப்புக்கே சரியா போயிடும். அப்பறம் 60 வயசுல retire ஆகிடுவோம். உடல்நிலை பாதிக்கப்படும். என்னடா கண்றாவி வாழ்க்கை இதுனு யோசிக்கிறதுக்குள்ள செத்து போய்டுவோம்.

வாழ்க்கை நமக்கு புடுச்ச மாதிரி ஒரு நாளவது மாறாதா என்று எண்ணி பிடிக்காத வேலைய வாழ்க்கை முழுவதும் பாத்துட்டு,Machine வாழ்க்கை தான் 75% மக்கள் வாழ்ந்துட்டு இருக்காங்க .

நிறைய இளைஞர்கள் படித்த படிப்பிற்கு ஏற்ற வேலை கிடைக்காமல், புடிக்காத வேலையை வேறு வழியின்றி செய்து வருகிறார்கள்.

வாழ்க்கையில் பெரும்பாலான பகுதியை வேலை செய்வதில் தான் செலவழிக்க போகிறோம். அப்படிப்பட்ட வேலை நமக்கு புடுச்ச மாதிரி இருந்ததால் தான் வாழ்க்கை நல்லா இருக்கும்.

காட்டுவாசிகளுக்கு எந்த ஒரு Goal & purpose வாழ்க்கையில் இருப்பதில்லை. எந்த ஒரு டெக்னாலஜி, ஸ்மார்ட் போன் எல்லாம் அவுங்க பயன்படுத்துவது இல்லை. அவங்களோட வாழ்க்கை என்பது சக மனிதர்களுடன் வேட்டையாடி உணவு உண்டு, மக்களுடன் மக்க-ளாக வாழ்க்கையை கொண்டாடுவது தான்.அவுங்களுக்கு Depression , Heart breaks ல வருவது இல்லை.

காட்டுவாசிகளை விட எல்லா விதத்திலும் வளர்ச்சி அடைந்த நம்ம, சந்தோசமா வாழ்றோமாணு கேட்டா , அதற்கு பதில் இல்லை என்பது-தான். Stress, depression, emi , house loan ,car loan னு எல்லாத்தையும் கடன்ல வாங்கி கஷ்டப்படுறோம். சம்பாதித்த மொத்த காசையும் வீடு கட்டுறதுலயும் , கார் வாங்குறதுலயும் செலவு பண்-ணிட்டா அப்பறம் எப்படி நீங்கள் Financially independent நபராக மாற முடியும். அதை உங்களுக்காக புடிச்சு பண்ணினா பரவாயில்ல. மத்தவங்க நம்மள மதிக்கணும் என்பதற்காக, பக்கத்து வீட்டுகாரன் பென்ஸ் கார் வச்சுருக்கான், நம்ம கூட வேலை பார்க்கிறவன் சொந்த பங்களா வச்சுருக்கான்.. அதனால நம்மளும் இதையெல்லாம் பண்ண-லாம்னு ego புடிச்சு செய்றவங்க தான் அதிகம். கடன்ல எல்லாத்தையும் வாங்கிட்டு, ஆடம்பரமான வாழ்க்கை வாழ்வது போல் நடிப்பது ,உங்கள் சந்தோசத்தை நாசம் செய்துவிடும்.

Rich dad poor dad புத்தகத்தின் ஆசிரியர் ராபர்ட் கியோசாகி என்ன சொல்றார் என்று பார்த்தால், வீடு கார் பைக் என்பவை எல்லாம் ஒரு வித தேவை இல்லாத செலவு என்கிறார். அதை எல்லாம் கடன் வாங்கி நீங்கள் வாங்குகிறீர்கள் என்றால், காலம் முழுவதும் நீங்கள் அந்த கடனை அடைக்கவே முடியாமல் கடனாளியாக மாறிடுவீங்களாம் . அதற்கு பதிலாக, Business,Share market,real estate,bonds, equity,shares , gold முதலியவற்றில் முதலீடு செய்து உங்கள் வாழ்க்கை தரத்தை உயர்த்தி கொள்ளும் படி சொல்கிறார். வீடு, கார் எல்லாம் நீங்கள் எப்போது வாங்க வேண்டுமென்றால், உங்களுக்கு Multiple source of income வரும்போது அதில் இருந்து ஒரு சிறிய பாதியை எடுத்து தான் வீடு, கார்,பைக் போன்றவற்றை வாங்க வேண்டுமாம்.

இந்த காலகட்டத்தில்,குடும்பத்துல இருக்க நபர்கள் கூடவே முகம் குடுத்து யாரும் பேசுவதில்லை . எப்ப பார்த்தாலும் போற இடத்துல

எல்லாம் மொபைல் போன் பாத்துட்டே இருக்க வேண்டியது .

சாப்பாடு முதல் Taxi , shopping வரை எல்லாமே ஆன்லைன் முலம் நம்ம வீட்டு வாசல்ல கிடைக்குது. எல்லாமே easy யா கிடைக்-கிற நாள நாம் எதையும் பெரிதாக எடுத்துக் கொள்வதில்லை . ஒரு இடத்துக்கு போய், மக்களோடு பேசி பலகுவது என்பது கொஞ்சம் கொஞ்சமா கம்மி ஆகிட்டே வருது .

ஆன்லைன் நண்பர்களின் எண்ணிக்கை அதிகமாக வைத்திருக்கி-றோம். ஆனால் நம்முடன் பழக்கத்தில் கூட இருக்கும் நண்பர்களின் எண்ணிக்கை அளவு மிக கம்மியாகவே உள்ளது.

இதனால் பொது வாழ்க்கை பாதிக்கப்படுகிறது . தங்களது கஷ்டங்-களை பகிர்ந்து கொள்ள கூட இன்னைக்கு யாருக்கும் நேரம் இருப்ப-தில்லை. நண்பர்களுடன் ஆடி பாடி விளையாடிய காலம் மாறி நாள் முழுவதும் ஆன்லைன் கேம்ஸ் விளையாட ஆரம்பித்து விட்டோம்.

ஸ்மார்ட் டெக்னாலஜிகளை அதிகமாக பயன்படுத்தும் ஸ்மார்ட் சோம்பேறிகளாக மாறிவிட்டோம்.

இதன் விளைவாக உலக சுகாதார அமைப்பின் 2022 ஆண்டு கணக்கெடுப்பின்படி , 5.6 கோடி இந்தியர்கள் மன அழுத்தத்தாலும்,

3.8 கோடி பேர் Ancient Disorder நாளும் பாதிக்கப்பட்டுள்ளனர். அதாவது 20% இந்தியர்கள் சராசரியாக mentally depressed நபர்களாக இருக்கிறார்களாம்.

"தனிமையில் வாடுவதை போல் பெரும் சாபம் உண்டோ... தீரா தனிமையை வென்றவர் தான் உண்டோ"

தனிமை ஒரு மனிதனை ஒரு சிறந்த ஞானியாக மாற்றும் திறன் கொண்டது, அதே நேரத்தில், அது ஒரு மனிதனை மனரீதியாக பாதித்து மன அழுத்தத்திற்கு ஆளாக்கும் திறனும் கொண்டது.

எடுத்துக்காட்டாக, Taxi driver (1976) படத்தில் வரும் Travis bickle என்னும் கதாபாத்திரமும்,கற்றது தமிழ் படத்தில் வரும் பிரபாகர் என்னும் கதாபாத்திரமும் தனிமையினால் பாதிக்கப்பட்டு , சமுகத்தால் ஒதுக்கப்பட்டு , தங்களுக்கு ஆறுதலுக்கு கூட யாரும் இல்லை என்பதை எண்ணி, காதலுக்காக ஏங்கி, மன அழுத்தத்துக்கு ஆளான இரண்டு அப்பாவி மனிதர்கள்.. தனிமையால், காதலுக்காக ஏங்கி கடைசியில் சமுகவிரோதிகளாக psychopath ஆக மாறிவிடுவார்கள்.

நம்ம எல்லாரும் வாழ்க்கையை வாழ்றதுக்கும், கொண்டாடுவதற்கும், காதலிப்பதற்கும், சக மனிதர்களோடு அன்பாக சந்தோசமாக இருக்க தான் பிறந்துறுக்கோம். அன்பும், பாசமும் கிடைக்காம அதுக்காக ஏங்கி நம்மள சுத்தி எத்தனையோ Travis bickle & பிரபாகர் இருக்கிறார்-

கள். தினமும் கொஞ்ச நேரமாவது மொபைல் போன்னை தூக்கி போட்டு விட்டு உங்களை சுத்தி நடக்கும் விஷயங்கள் பாக்க ஆரம்பிங்க . சக மனிதர்களோடு பழக ஆரம்பிங்க. உதவி தேவப்படுற மக்களுக்கு உங்க-ளால முடுஞ்ச உதவிய பண்ணுங்க.

எல்லோரிடமும் சிறிது அன்பாக நடந்து கொண்டால் நம்மை சுற்றி இருப்பவர்கள் வாழ்க்கையும், நமது வாழ்க்கையும் நன்றாக மாறும்.

நாம் வாழ்வதற்காக மட்டுமே இந்த உலகிற்கு அனுப்பப்பட்டுள்-ளோம்... எனவே சந்தோஷமாக வாழுங்கள்... 10 ,12ஆம் வகுப்புகள நல்ல மார்க் எடுக்குறதாலயோ , நல்ல காலேஜ்,நல்ல வேலை, கல்-யாணம் பண்றதாலயோ சந்தோஷம் கிடைக்காது.. வாழ்க்கையில் ஒவ்-வொரு நாளும், ஒவ்வொரு நொடியும் நமக்கு நடக்கும் துன்பங்களும் இன்பங்களை ரசிப்பதில் தான் சந்தோஷம் இருக்கிறது. நாளைக்கு என்ன நடக்கும் என்று யோசித்து பயம் கொள்வதை விட, இன்றைக்கு உள்ள வேலைகளை சிறப்பாக சந்தோஷமாக செய்தாலே போதும்.

நம் வாழ்வில் மிக முக்கியமான இரண்டு விஷயம் சுயமரியாதை மற்றும் சந்தோஷமாக வாழ்வது ... இந்த குணத்தை நம் கடைசி மூச்சு இருக்கும் வரை சமுகத்திற்காகவும் யாருக்காகவும் இழக்க கூடாது.

எந்த தடையும் இல்லாமல் நம்மை நாமே ஆராய வேண்டும். புதிய விஷயங்களையும் புதிய நண்பர்களையும் தேட வேண்டும்.

நம்மையும் நம் நம்பிக்கையையும் மதிக்க வேண்டும்... அதில் தலை-யிட யாருக்கும் உரிமை இல்லை... உங்கள் வாழ்க்கை உங்கள் கையில். எனவே அதை நீங்களே இறுக்கமாகப் பிடித்துக் கொள்ளுங்கள்.

"Happiness is not a result of something,

Happiness is a journey of day by day experience of everything ".

முடிவில்லா கடல் போல் இன்பம் வந்து பாயும் ஒரு சொர்க்க பூமி நம் வாழ்க்கை பயணம்.. அதன் ஆழத்தையும் அர்த்தத்தையும் உணரும் முன்பே அனைத்தும் கானல் நீராய் மறைந்துவிடும்.

அதனால்,

வாழ்க்கை வாழ்வதற்கே,

வருத்தப்படுவதற்காக அல்ல.

வாழ்க்கை காதலிப்பதற்கே,

கவலை படுவதற்கு அல்ல.

வாழ்க்கை சந்தோஷபடுவதற்கே,
சங்கடப்படுவதற்கு அல்ல.

Life is not a race. It is a journey. When you live your life, you are living in the moment, and those moments will pass by faster than you can say hello. You have to live each day as if it's your last, because it might be.
— zindagi na Milegi dobara (2011)

பந்தமும் பாசமும்,
கல்வியும் காதலும்,
சிரிப்பும் மகிழ்ச்சியும்,
"பிறப்பொக்கும் எல்லா உயிர்க்கும்"

www.ingramcontent.com/pod-product-compliance
Lightning Source LLC
Chambersburg PA
CBHW022058150726
47990CB00003B/1143